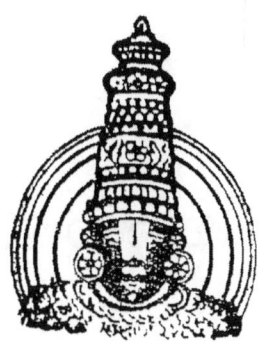

తిరుమలవాసు, రమ్యగుణ దివ్య, ప్రభావవిభాసు భాసునిన్
సురనుతు పాపనాశు, వరశోభిత భూషణభూషితాంగునిన్
సరగున బుద్ధినిల్పియును చక్కని పొత్తము నేను వేంకటే
శ్వర వరపాదమూలమున భక్తిని గూర్చితి మోదకామినై

'This Book is Published with the Financial Assistance of Tirumala Tirupati Devasthanams under their Scheme aid to Publish Religious Book'

ప్రచురణ { 1000 ప్రతులు
1984 సంవత్సర సెప్టెంబరు మాసం
యిరవయ్యో తారీఖు

ముద్రణ : సింహపురి ప్రెస్, ట్రంకురోడ్డు - నెల్లూరు.

వదాన్యశేఖరులు-దాతలకు

విజ్ఞప్తి

నేను వాల్మీకి రామాయణమును తెలుగునందు ఆరుకాండలును అనువదించియుంటిని. దానిని అచ్చువేయుటకు షుమారు లక్షా యిరవై అయిదువేలు రూపాయలు కావలసియుండునని చెప్పుచున్నారు. కాన దాతలు దయయుంచి దాని ముద్రణమునకు వలయు సహాయంబందింప ప్రార్థించుచున్నాను. యిహపరసాధకంబైన రామాయణంబును ముద్రించుటకు సహాయముచేసి శ్రీ సీతారాముల కృపకు పాత్రులు కాగలరని విన్నవించుచున్నాను.

ఇట్లు, మీ

ముదివర్తి
తే 20-9-1984 ది

కొండవేటి రామకృష్ణయ్య

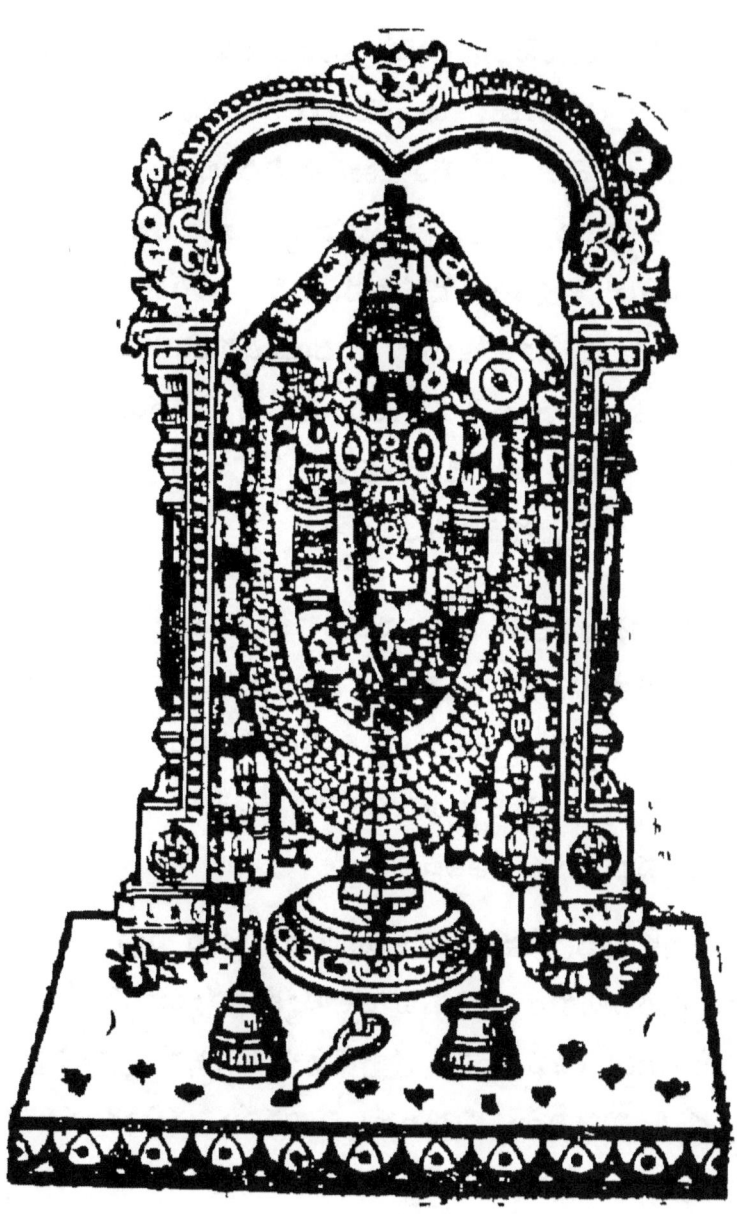

విజ్ఞప్తి

మహనీయంబైన భరత ఖండంబున "సత్యాహింసలు" భక్తివైరాగ్య యుక్తులు, దానధర్మాది సుగుణ నిలయులైన మహామహులు యెందరో లెక్కకులేని విధంబున వ్యాపించి కీర్తిని గొని విరాజిల్లుచున్నవారు. ప్రస్తుతము యీమదాలసా చరిత్రము. శ్రీ తిరుమల తిరుపతి దేవస్థానంవారి ఆర్థిక సహాయమున ముద్రింపబడి పాఠకలోకమున కందించుటకవకాశము గలిగినది. అందులకు వెంట వెంటనే సహాయ సంపత్తి నందించినందులకు శ్రీ తిరుమల తిరుపతి దేవస్థానంవారికి నా హృదయ పూర్వక నమస్కృతు లర్పించుకొనుచున్నాను.

మఱియు యీ పుస్తకమును అందముగా తీర్చి చక్కగా ముద్రించి సకాలములో అందించిన సింహపురీ, ముద్రణాలయము వారికి నా కృతజ్ఞతలు. దీనిని చదివి తగు విధముగా విమర్శనాత్మక ముగా చక్కని విమర్శలందించిన శ్రీ అకుల సుబ్రహ్మణ్యము గారికి నా నమస్సుమాంజలులు

ఇక ప్రస్తుతము లోకమునందు ప్రవర్తిల్లు దుష్కృత్యములు, దురహంకార పూరిత హింసాత్మక చర్యలు యువ, యువతీ లోకముగూడ ప్రవర్తించు నజ్ఞానపూరిత ప్రవర్తనాసరళి వీరిని గాంచిన కించిన్మనీషా విదులకు విచారము గలింగించకమానదు అందువలన యిటువంటి పొత్తములను చదువుటవలన. మనస్సంయ

మనము. శాంతి సద్గుణములు చిత్తచాంచల్య నివారణము సత్సహ
వాసము, సద్వర్తన గలిగి యువతీ యువకులు సున్మార్గావలంబ
కులుగాగలరని దీనివలనయే ఒక మనిషి, మనీషియైన నా ప్రయ
త్నము సఫలీకృతమయినదని భావించగలనని విన్నవించు
కొనుచూ.

ఇట్లు, రచయిత

కొండవేటి రామకృష్ణయ్య

(ఓం నమోభగవతేవాసుదేవాయ)

పీఠిక

భరతఖండంబు పతివ్రతాధర్మమార్గగాములగు సతీమతల్లు లకునిరవు సకల ధర్మరతలై పతి పరిచర్యాభాగ్య నిర్మిత సౌధ మణి దీపితలై నిరంతర సత్యయుక్తలై వెలయుచు నొక్కపతి వ్రత యేప్రాణిచే చేయలేని కార్యంబై యమపాశబంధిత భర్తృ ప్రాణగ్రహీతయై వెలిగె మఱియొక సతీమతల్లి సకలలోక కళ్యాణ సంధాతయై సకలప్రాణి యాహార విహారాది నియమిత కార్యమార్గ దర్శకుండై వెలయు సూర్యభగవానునే తనపతిచర్యా భాగ్యలేశం బున నిలువరింప శక్తి సంపాదింపగల్గె మఱియు మన కథా నాయికయై ననన్యసామాన్యంబైన పతివ్రతాభాగ్య సందీప్తలైన భారతనారీమణులయందు వెలుగొందుమేటి తారయై భర్తృమరణ శ్రవణమాత్రపరిత్యక్త ప్రాణయై సకలనారీమండల శిఖరాయ మాణయై వేదాంతమార్గ సంధాతయై పుత్రుల పరమాత్మాయత్త చిత్తులంజేసి ప్రకాశించుయోగమాత మదాలస సకలనారీమండల మండ నాయమానరత్నంబని స్త్రీలోకంబే గర్వింపదగిన సాధ్వీమ తల్లియనివేఱుగ వక్కాణింప పనిలేదు.

పతికింతగిన భర్తయై సతినిర్యాణంబువిని తాను పరసతీ సహచర్య భాగ్యంబువిడనాడి. సకలజనరక్షణంబే దీక్షగాగైకొని యాగధర్మార్ధ రక్షణపధగామియై, పురాణేతిహాసంబుల, కాలంబు

గడపుచుండు కువలాయాశ్వుండు, పురుషాగ్రగణ్యుండు, వీరి దాంపత్యకథావిధానమే. మదాలసాచరిత్ర, యిది మార్కండేయ పురాణాంతర్గతంబై సకలజన స్తోత్రపాత్రంబై ప్రవర్తిల్లు - దీనిని నా స్వల్పపరిజ్ఞానంబున తెనిఁగించితి.

ఇందలి దోషంబుల విసర్జించి గుణంబులగైకొని నాతప్పిదంబులునున్న సైరించి విజ్ఞులగు పెద్దలునన్ను యాశీర్వదింప ప్రార్థన. మచ్ఛక్తికొలది యీ మదాలసచరితంబును తెనిగించి కవితామతల్లి కంఠసీమనాయోపిన కొలది నలంకరించితి.

ఇట్లు, రచయిత

కొండవేటి రామకృష్ణయ్య

ముదివర్తి పోస్టు, నెల్లూరుజిల్లా.

ఉపోద్ఘాతము

మదాలస చరితము మార్కండేయ పురాణా అంతర్గతగాధాలలో ఒకటి.

పాతివ్రత్య మహాత్మ్యము, వీరలక్షణాలు, ధర్మ సంరక్షణార్థం రాజు చేయవలసిన కనీస ధర్మములు, మొదలగు అంశములు యిట చోటు చేసుకొనివున్నవి.

మదాలస ఋతుధ్వజ సంవాదము, వారి ప్రేమ, సమాగమ వర్ణన, మను చరిత్రలోని వరూధినీ ప్రవరాఖ్య తొలిచూపుల వర్ణనలను, వారి సంభాషణలను మరిపింపజేయుచున్నవి.

రక్తి, ముక్తి మేల్కలయికల గ్రంథమే మదాలస.

కొండవేటి రామాయణ కావ్యకర్త శ్రీ కొండవేటి రామకృష్ణయ్య ఏడువందల పద్యముల పైచిలుకుగల మదాలసా పద్యకావ్యమును జానతెనుగుతో కుందనపు బొమ్మలా తీర్చిదిద్దిసింగారించినాడు.

యజ్ఞ ఋతుధ్వజుడు భంగంచేస్తున్న రాక్షసుడు పాతాళకేతుని చంపటం, ఆతడిచెరలోనుండి గంధర్వ కన్యను విముక్తి చేసి ఆ అందాల చిన్నదానివలపుబొంది వివాహం చేసుకోవడం మదాలసా చరిత్రములోని కథాసారాంశం.

అయితే మొత్తం 677 పద్యాలలో అనేక ధర్మసూత్రాలను, అనేక ప్రాపంచిక వ్యవహారములయందు విరక్తి గల్గుటకు కావలసిన సాహిత్యమును పెద్దలయెడ చూపవలసిన కనీస ధర్మసూత్రాలను యీ గ్రంథంలో చెప్పబడియున్నవి. పునర్జన్మ, పతి వ్రతాధర్మములు లెస్సగ వర్ణించబడియున్నది.

మార్కండేయ ఋషి చెప్పినవాటినే రామకృష్ణయ్య కవి తెలుగు చేసినాడు.

అయితే యీ గ్రంథం సంస్కృతానికి అనువాదంగా గాక ఒక స్వతంత్ర తెలుగు గ్రంథంవలెయున్నది.

కొండవేటి రామకృష్ణయ్య ప్రతిభావ్యుత్పత్తులను కలిగిన కవి. ఈయన పెద్ద చదవరికాదు; కానీ సరస్వతీ వరలబ్ధ ప్రసాదితుడు యీయన.

మహాకవి పోతనలాగా యీయన గ్రంథములను కలవారి కడపలవద్దబెట్టి వారికి సమర్పించి, అప్పడపు కూడు భుజించుట కష్టపడని రైతు-బేహారి. భగవంతునికే యీయన గ్రంథములు అంకితములు.

ధార్మికచింతన, భగవత్స్మరణ మానవతా దృక్పథం, మిత సంభాషణ, అపౌరుష వాక్య ప్రయోగము యీయన సహజ గుణ విశేషములు.

ఇట్టి మహాకవి వ్రాసిన 27 వేల పద్య రాజములతో విల సిల్లుచున్నరామాయణమహాకావ్యమువెలుగులోకిఎప్పుడువచ్చునో!

"అంతయూ కరుణా కటాక్షుడైన ఆ శ్రీరామచంద్రుని దయయేగదా! ఆ గ్రంథాన్ని ఎవరు వ్రాయమని ప్రబోధం చేసేరో వాళ్ళే ఆ గ్రంథాన్ని ముద్రించుకొంటారు" అని చెప్తుంటాడు శ్రీరామ కృష్ణకవి, భగవంతునియందు అచంచల విశ్వాసమున్న పోతన అపజయుడా? రామకృష్ణయ్య కవీ అంతే!

ఆంధ్ర పాఠకలోకము కొండవేటి రామాయణ కావ్యకర్త శ్రీ కొండవేటి రామకృష్ణయ్య వ్రాసిన యీ మదాలసా చరితమును సమాదరించగలరని నా ఆకాంక్ష.

నెల్లూరు — నమస్కారములు-మీవాడు

తే 27-9-84 ది — ప్రజాకవి ఆకుల సుబ్రహ్మణ్యం

(ఓం నమో భగవతే వాసుదేవాయ)

మందాలసా - చరిత్రము

ఉ॥ శ్రీకరమై మహావిభవ, శ్రీయుతమై నవకీర్తియుక్తమై
ఈ కమనీయ, భారత ధరేందిరకంఠవిభూషణంబునై
ప్రాకుచుదిగ్దిగంతముల, .పావనశీలకథా సుధాఝరీ
స్తోకమున, "మందాలస", విశుద్ధచరిత్రము, మేలుబంతియౌ,

(వినాయక ప్రార్థన)

చం॥ శివుని జటాభరంబునను, జేరియు, శ్వేతమనోజ్ఞఫేనముల్
సవసవ, పొంగ।నిర్మలమహాజలయుక్తయు,గంగయందునన్
అవయవముల్కానంబడక, యద్భుతక్రీడలనాడుచుండు, నా
యవితథవిఘ్ననేతయగు. నాతడుబ్రోచెడు, విఘ్నమూనకన్

(సరస్వతీ ప్రార్థన)

కం॥ వాణీపాదములెప్పుడు, మానకనామతినితలతు,
మన్ననవాల్కన్
వాణియు, నిలచియుగూర్పగ, మానితకావ్యంబుపూర్తి,
మాన్యులుపొగడన్.

(గురు ప్రార్థన)

చం॥ గురుడయి, వేదశాస్త్ర, వరకోవిదుడై, గుణశాంతభూషుడై
ధరణిసురాగ్రగణ్యుడయి, తానుసుదాంతుడునై, మనీషియై
వరనరసింహనామ, పరిభాసితుడై కమనీయగాత్రుడై
వరలెడుమద్గురు, న్వివులభావననెప్పుడు సంస్మరింతునే.

చం॥ నిరతము మౌనిపుంగవులు, నిక్కమెరింగినవారు, పీడకన్
మరువకనుండునెద్ది। సురమాన్యులు, భవ్యులు
దేవమౌనులున్
పరమపదంబునుగ్గొనగ, పట్టుదురెద్ది। స్వయంభువంబునై
వరలెడు, నద్దియెల్లపుడు, బాయకబ్రోచుతనెల్లకాలమున్.

చం। యజనములెన్నొజేసి సుజనావళి, బ్రోచియు, దేవతాళినిన్
అజయుడునొచు, తృప్తిగొను, నట్లొనరించియు,
తద్రసంబునున్
విజయుడు శత్రుజిత్తుధర. పీడక, గొంచును,
నేలుచుండె, యా
యజనరసంబుగ్రోలు। సురలందెడు తోషమునొంది,
యాతడున్.

ఆ॥వె॥ శత్రుజిత్సుతుండు, సకలశత్రులగూల్చి, తాఋతుధ్వజుడని,
దగులపేరు
సకలలక్షణములు, సమకురవిఖ్యాతి, వెల్గుచుండె,
తానువిమలయశుడు.

చం॥ మతిధిషణు, న్బలంబునను, మానితమైనసురూపసంపదన్
అతితమశౌర్యధైర్యముల, యశ్వీను, లట్లసమాన, రూపులున్
అతిగుణవంతులౌ, సఖులు, నాతనిచుట్టియునుండ, యెంతయో
అతులిత సౌఖ్యముల్గొనుచు, నాతడునుండె, మనోజరూపుడై -

సీ॥ శాస్త్రార్థ చర్చలు చర్చించు నొకచోట, యతివివేకంబుతో
యందమొప్ప
కావ్యనాటకగీత, కథనంబులొకచోట
సంగీతగానముల్చక్కనొకట
ద్యూతంబులొకచోట, దోర్బలంబూనెడు శస్త్రాస్త్రనైపుణ్య
సారమొ, కట
నాగాశ్వరథవాహనాదులనెక్కంగ, నేర్పుననొకచోట
నేర్చుచుండు.

ఆ॥వె॥ ప్రముఖ రాజసుతులు, వదలకవేష్టించియుండ
వీరుఁడగుచునున్నతుండు
తేజమూనియుండె, ధీశాలియౌచును, సకలజనులువొగడ,
సద్గుణముల,

గీ॥ పగలునేరీతిమిత్రులు, వదలకుండ, యుందురోయట్లనే
రాత్రియుందురచట
వైశ్యభూసురక్షత్రియ ప్రముఖసుతులు, మరిసమానులు,
వయసున, మాన్యతోడ.

కం॥ తరుణులు, ప్రియభాషణులును, వరదుడునాయశ్వతరుని,
భాసురతనయుల్
వరబ్రహ్మతేజయుక్తులు, మరియురసాతలమునందు,
మాన్యులునుండన్.

వ॥ అట్టి రసాతలవాసులగు, నాగకుమారులొక్కనాడు,
నాగలోకంబువదలి, భూసుర
రూపంబుల భూలోకంబుజేరి పరిభ్రమించుచు.

మ॥ ధరణీపాల సుపుత్రులన్గలసి, తత్తత్కాలయోగ్యంబులౌ
వరక్రీడల్మరియున్వినోదములతో, వారున్మహామోదమున్
వరలన్బ్రాహ్మణబాలరూపులయి, నవ్వారిన్నచేక్రీడలన్
ధరణిన్వేడగలేక, వారునటులన్తాముండి రవ్వీటినిన్.

ఉ॥ తక్కినరాసుతుల్లచట, తత్సఖులందరగూడియుండగా
అక్కడజేరు, నాగసుతు, లక్కజమందగవారికెన్నియో
పెక్కువిధంపుపూజలను, వీడకభోజనభాజనంబులన్
పెక్కులుగూర్చి, సంతసము ప్రేమను
బొందగజేయవారునున్

ఉ॥ నాగసుతుల్రసాతలమునన్నిమునంబును, నిల్వకెప్పుడున్
వేగమ, నాబుతుధ్వజుని । వీడగలేకనుభూమియందునన్
సాగుచునుండిరందరట । చక్కనిపాటల, యాటలాడుచున్
నాగతియందరొక్కదరి । యాటలపాటలనాడుచుండగా

గీ॥ స్నానపానాదులందున చక్కనైన వస్త్రగంధాన్న మమరించి
వారినందు
తృప్తిపరచుచునుండిరి, దోర్బలులకు । కొరతగలుగక,
నెందున కూర్మితోడ.

గీ॥ ఒకరినొకరట ప్రీతితో యున్నతంపు । కోర్కెతోడుత,
ఫణిరాజ, కూర్మిసుతులు
రాజపుత్రునివిడువక లాకపోక లందుజేయుచునుండిరి,
యమితముగను.

ఉ॥ వారలులేక, భోజనము। పానము స్నానము ఖేలనంబులున్
మీఱెడుశాస్త్రచర్చలను, మిన్నగు కార్యములెవ్వియేనియున్
శూరుడు, నాఋతుధ్వజుడు, చూడడు, కోరడు,
చేయడింతయేన్
వారలపైన, ప్రీతియది, పైకొనిమించగ, సుంతయేనియున్.

ఆ॥వె॥ నాగరాజసుతులు, నేగెడురాత్రిని, యెట్లొగడిపి, వేగ,
యినుడు వొడువ
పరుగులెత్తివచ్చి పార్థివపుత్రుతో,
గడపుచుంద్రు। పగలు విడకవారు. 18

వ॥ ఇట్లుండ నొక్కనాడు. 19

చం॥ తనయుల నాగరాజుగని, తత్క్రమమంతనెఱుంగు.కోర్కెతో
యనియెనుమీరలిందుననుు,యహ్నములందున,నుండకెందునన్
జనుదురొ, రాత్రిగా, మరల చక్కగజేరుదు రెందునుందురో
యని,పిత, యిట్లనెన్మరల, యందలికారణమేమొ జెప్పుడీ 20

అ॥వె॥ తండ్రియిట్టులాడ, తనయులు, మ్రొక్కియు,
తండ్రిమ్రోలనిల్చి, తనయులిట్లు పలికిరందు,
నురగపతితోడ, జరిగిన, దానినెల్ల, విడక, తచ్చరిత్ర. 21

చం॥ అనుపమ రూపశాలియయి, యర్థులపాలిటి కల్పవృక్షమై
ఘనతర శూరమాన్యుడయి, కల్మషదూరుడునౌచు, నాతడున్
అనయము, సత్యవాక్యరతి, యాతడుశాస్త్రవచోర్థవేదియై
వినయవిభూషణుండునయి, విజ్ఞులకెల్లను ప్రీతిపాత్రుడై 22

ఉ॥ వారలులేక, భోజనము। పానము స్నానము ఖేలనంబులున్
మీఱెడుశాస్త్రచర్చలను, మిన్నగు కార్యములెవ్వియేనియున్
శూరుడు, నాఋతుధ్వజుడు, చూడడు, కోరడు,
చేయడింతయేన్
వారలపైన, ప్రీతియది, పైకొనిమించగ, సుంతయేనియున్.

ఆ॥వె॥ నాగరాజసుతులు, నేగెడురాత్రిని, యెట్లొగడిపి, వేగ,
యినుడు వొడువ
పరుగులెత్తివచ్చి పార్థివపుత్రుతో,
గడపుచుంద్రు। పగలు విడకవారు. 18

వ॥ ఇట్లుండ నొక్కనాడు. 19

చం॥ తనయుల నాగరాజుగని, తత్క్రమమంతనెఱుంగు.కోర్కెతో
యనియెనుమీరలించునను,యహ్నములందున,నుండకెందునన్
జనుదురొ, రాత్రిగా, మరల చక్కగజేరుదు రెందునుందురో
యని,పిత, యిట్లనెన్మరల, యందలికారణమే మొజెప్పుడీ 20

ఆ॥వె॥ తండ్రియిట్టులాడ, తనయులు, మ్రొక్కియు,
తండ్రిమ్రోలనిల్చి, తనయులిట్లు పలికిరందు,
నురగపతితోడ, జరిగిన, దానినెల్ల, విడక, తచ్చరిత్ర. 21

చం॥ అనుపమ రూపశాలియయి, యర్థులపాలిటి కల్పవృక్షమై
ఘనతర శూరమాన్యుడయి, కల్మషదూరుడునౌచు, నాతడున్
అనయము, సత్యవాక్యరతి, యాతడుశాస్త్రవచోర్థవేదియై
వినయవిభూషణుండునయి, విజ్ఞులకెల్లను ప్రీతిపాత్రుడై 22

కం॥ ఆతనిస్నేహాస్పదరసమేతరి జవిజూచినామొనేమునుధానిన్
ఈతలమున నిలువగనిక। చేతముసమ్మతినిగొనదు,
జేరగగోరున్. 23

గీ॥ ఆఋతుధ్వజునాతిథ్యమందుకొనినమాదుమదిప్రీతితోగూడి,
మరలదెందు నాగలోకంబునందునసాగనీక,
లాగుగొనిపోవువిడక, సల్లాపములకు. 24

శా॥ పాతాళంబున రమ్యమౌప్రకృతియున్వర్తిల్ల, నీశీతలం
బీతీరున్మమ్ము, వానిజాసినను, సుంతేనిన్మదిన్తోషమున్
చేతంబందునగల్గజేయవు, పితాచిత్తం, బసత్యంబునున్
నీతోజెప్పము, సూర్యతాపమచటన్నిక్కంబుశీతంబునౌ. 25

చం॥ అవియిటుపుత్రులాడవిని, యాయురగేశుడు,
నెంతొమోదమున్ గొనియును, వారినిగ్గనియు,
కూరిమినెవ్వనిసాగుణంబులున్ వినగ, పరోక్షమందునను,
పీడకకీర్తనజేయు, వాడెపో మనుజకులావతంసుడిక,
మాన్యుడుధన్యుడు, కీర్తియుక్తుడున్. 26

శా॥ శాస్త్రార్థంబులచక్కగానెరిగినన్సత్శీలముల్లున్న, యా
శాస్త్రార్థంబుల, బొందకున్న భువిలో, సత్శీలుడౌ. నొక్కటన్
శాస్త్రార్థంబులశీలసద్గుణములన్, సద్భాగ్యముల్వీడకన్
శాస్త్రజ్ఞుల్నుతియించురీతి,విలువ, న్సామాన్యమేభూమిలో.27

వ॥ అట్టివాడు సమస్తలోకంబుంధన్యాత్ముండుగదా? 28

కం॥ మిత్రులు సద్గుణముల, మఱి, శత్రులుధర, శౌర్యపటిమ,
చాలగపొగడన్ పుత్రుని గనియెడితండ్రి, జగత్త్రయమున,
పుత్రుధరను గాంచినవాడౌ. 29

ఆ॥వె॥ తనయులార, మీరుధరణీశసుతునకు, వరపరోపకార,
భాసురునకు మీరు ప్రత్యుపకృతి, మిన్నగజేయంగ,
గోరజెప్పుడిందు, కోర్కెలన్ని. 30

గీ॥ ఎవని యర్థించియర్థులు, నింతగూడ, వ్యర్థులౌచును, పోవరో,
యట్టిమిత్ర కార్యమూనియు, సర్వంబుకాదనకను,
సర్వణంబును జేయునోయతడెఘనుడు. 31

చం॥ మనగృహమందునుండి, ఘనమై, తనరారెడు
రత్నరాసులన్ అనితరమైన, స్వర్ణభరితంబయి,
నుండు, సుఖాసనంబులన్ మనసది తృప్తినొంద, గొని,
మన్ననరాసుతుకోర్కెదీర్పగా గొనిచనుడింక, యాజ్ఞయిది,
గూరిమినిచ్చితి, గొంచుపోవగా. 32

ఉ॥ తాసఖుడంచుసమ్మకొన, తత్సఖుమోసముజేయనింద్యమౌ
తాసరివానిగా తలచితాను, నుపకృతి జేయగొంచునున్
ఆసరిప్రీతిని న్తిరుగ యద్దితలంపక, యున్నవానినిన్
వేసరి, వీడిపోదురిల, వేగమ, సజ్జనులైనవారునున్. 33

వ॥ అని తండ్రిపలుక, సుతులిట్లనిపలికిరి. 34

చం॥ ఏవనిగృహంబునందునను, నెందఱో యర్థులు,
యిష్టకామ్యముల్ అవిరళరీతిని, నొనుచు,
నందునతృప్తిని జెందిపోదురా ఎవని గృహంబునన్ని
తరులించుకయైనను లోటుజూపగాఎ విగనరావొ,
యట్టినృపుకేమియొసంగియుతృప్తిగూర్తుమో? 35

ఆ॥వె॥ వాహనాసనాది, వరమైన, యోగ్యమో,
భూషణంబులెన్నొ, పూర్తియైన రత్నచయములెన్నొ,
రాజిల్లు. పాతాళమందునుండునవ్వి. యతనికేల. 36

కం॥ ఆతనిలో జ్ఞానంబెంతయొ, నతులితమైయుండు,
వానియందునగాకన్
వెతుకగలేమెచ్చట నిలయతడును ప్రాజ్ఞుండువక్త.
యతికుశలుండౌ. 37

ఉ॥ ఏమికొఱంతలేదు. మఱి, యిందుత్రిమూర్తులునైత,
మింతయున్
ఆమనుజాధినాధుమతి, యందుననుండెడు కోర్కెదీర్పగా
ఈమహిగానికార్యమది, యిట్టికొఱంతగ, నున్నదంచునున్
మామదిమేమెరింగితిమి, మానిసిచేయగలేడటంచునున్. 38

చం॥ అనియిటు, పుత్రులాడవిని, యాతడు. పుత్రులజూచియిట్లనెన్
మనకది, సాధ్యమా? మఱియు, మానెదునద్ది,
యటుండనిండు, నై
నను, నిటనేను, నిక్కమునంగను, గోరెదగానదానినిన్
వినుచుమీరలిడునని, వీడకపల్కియు,
వెండియిట్లనున్. 39

శా॥ దేవత్వంబమరేశదివ్యపదము, న్దివ్యాళిచేపూజలన్
తావైశంబుగ, బొందగోర్కెగొనిన, న్తన్మానవుండుద్ధరన్
ఏవేయద్దములున్నగాని, గొనగా, యేంతేసమర్థుండునౌ
ఏపీ, యిందనుమాన, మింతగొనగా, యింతైనతారాకాణముల్.

కం॥ నిలువగ యేగినచీమయు, తొలగగయోజనములెన్నో,
దోతేరునుగా
చలనములేకనునిల్చిన, యలఘుదు, గరుడుండునైన,
యందేయుండున్. 41

ఉ॥ ఎక్కడిభూతలంబు, మరియెక్కడినాధ్రువ, స్థావరంబునున్
అక్కడజేరె, భూమిపతి, యాత్మజుడౌ, ధ్రువు॥ దెంతస్థైర్యమున్
మక్కువగూర్చుకొంచు, గొనె, మానిసియాతడు, గొన్నదేకదా
చక్కని నాప్రయత్నమది, జాలగజేసిన, వ్యర్థమెందుకొ. 42

ఉ॥ ఉత్తమశౌర్యధుర్యుడగు, నున్నతుడా, ధరణీశపుత్రుకున్
చిత్తమునందునన్నిలచి, చింతలగూర్చెడి, కారణంబునున్
ఇత్తరినేనెఱింగియును, యేదగుసాయము, జేయజాలినన్
క్రొత్తయదేమిజేసెదను, కూడకజెప్పుడు, శంక, యిప్పుడే. 43

గ్రాలవ మహర్షికథ

మ॥ ధరణీనేతసుపుత్రు దివ్యకథను, స్థానిన్యమస్తంబునున్
వరనాగేంద్రునకాత్మజుల్విడక, సవ్వారిన్మహాత్ముండునున్
సరవిన్వీడక చెప్పినట్టిదను, నాచారిత్రమందందునన్
కొరతల్లేకను, జెప్పెదేమొ, వినుమా, కూర్మిన్మమున్గాంచుమా.

చం॥ తురగమునొక్కదానిగొని, తూర్ణముగానొకమౌనిసత్తము॥
డరయగవచ్చె, శత్రుజితు, నాతతబుద్ధియుతున్మహాత్మునిన్
అరసియురాజునున్మనిని, యాతనికార్యము, లెట్టివంచునున్
అరయగగోరినన్నపుడె,యంతయుజెప్పెను,రాజుతోడుతన్.

కం॥ వనచరజంతులరూపము, గొనియును, దైత్యాధముండు,
క్రూరుడునగుచున్
మునులను బెదరించుచు, తమ ఘనవసతులగూల్చుచుండె,
కాఠిన్యమునన్. 46

కం॥ అతికాయుడునై, నిశిపగ, లతిక్రూరముగాగ,
ధ్యానమందుననుండన్
మతినిన్మౌనముదాల్చిన, యతులకు, విఘ్నములగూర్చె,
యతడునువనిలో 47

గీ॥ వనిలోకోపాగ్నిచేతను, వానిగూల్ప, శక్తిగల్గియు,
తపసది, సన్నగిల్లు
నన్న, భయమునన్నేమును, నద్దురాత్మ, చంపకుంటిమి,
రాజేంద్ర, సత్యమిదియ. 48

కం॥ దనుజాధముండుబాధల, తినిపించగ, నేనుబాధ,
స్థిరచిత్తమునున్
గొనియునునిశ్వాసంబును, గనుగొంటిని, యాకసంబు
గ్రక్కనయంతన్. 49

ఆ॥వె॥ ఆకసంబునుండి, యశ్వంబు వేగంబ, భూమియందుదిగియె,
పొందినంత
అపుడె బల్కెవేగ, యశరీరవాణియు, నద్దివినిచెదేను,
నంతవినుము, 50

గీ॥ ఉత్తమాశ్వంబు, పాతాళమర్వియంత, నొక్కక్షణమున
చరియించు, నున్నతంపు
లక్షణంబులుగల్గియు నక్షయంపు, గూడినదీనిని,
జలజసఖుడు. 51

వ॥ నీకొఱకై బంపియుండెనని, యశరీరవాణిబల్కె,
యనిమతియునిట్లనియె. 52

గీ। గిరుల, జలముల, దిక్కుల, సరకుగొనగ, సాగుచుండెడి,
నిల్వక, శక్తియుక్త
తెన్నొగల్గిన, యశ్వంబు, మిన్నయద్ది, యంచుబల్కియు,
మౌనియు, ననియెమరియు. 53

కం॥ భూవలయంబున, యలసట, తావహింయింపకయతిరుగు,
ధర్మమునిలుపన్
భూవర "కువలయ మనుగురు, తేవహింయించునిదియింక,
తేజముతోడన్. 54

శా॥ పాపాత్ముండగు, దానవాధముని భూపాలాత్మజుండశ్వమున్
దాపొందన్మరి దీనినెక్కిదనుజున్దర్పంబునణ్ణంపుగా
భూపాలాత్మజు శత్రుజిత్తుగను మాపొమ్మాయటంచున్ననున్
నీపాలన్జనునట్లుజేసెయని, తానేబల్కి, తావెందియున్. 55

ఆ॥వె॥ హయముబొంది సుతుడు, నార్జించునెనలేని,
కీర్తిచయముగాన, కీర్తిశాలి
పొందుమీవుహయము, పూర్తిగమాకును,రక్షగూర్పుమింక,
రాజవర్య. 56

వ॥ అందుకొరకై నీయశ్వరత్నంబు నీకు సమర్పించితి, ననిపలికి, గాలవమహర్షి, ఓ శత్రుజిన్మహారాజా, నీవు, నీపుత్రుని, ధర్మవిలుప్తంబుగాకుండునట్లు, తద్రక్షణార్థంబునీకు, మారు, నీకుమారుని నియోగింపుమన. 57

ఉ॥ గాలవమౌనిపల్కువిని, గాదనకుండగ, శత్రుజిత్తునున్
మేలొనగూడునంచుమది, మిన్నగనమ్మియు, గాలవాఖ్యతో
చాలగసంతసంబునను, సంస్తుతులొందగ, బంపెపుత్రునిన్
శ్రీలలనాసమేతుడయి, జేరునటంచును, తృప్తితోడుతన్. 58

కం॥ గాలవుతోడనుగూడియు,చాలిననృపవీరుడంత,చక్కనివనులన్
మేలన, విఘ్నములన్నిటి, తూలింతునుమేలుగల్గ,
దోర్బలశక్తిన్. 59

వ॥ అనివచ్చి యాశ్రమంబునజేరియుండెనంత. 60

ఆ॥వె॥ వీరుకువలాయాశ్వ, చేరుటయద్దియు, తెలియలేకయసుర,
గలుగముదము
పరుగులెత్తివచ్చి, సరగునజేరెను, గాలవాశ్రమంబు,
గొల్లునముచు. 61

కం॥ సూకరరూపముగొనియును, నాకడ, గాలవుడు, సంధ్య,
యతిస్థైర్యమునన్
చేకొనిభయపెట్టుచు, మునితాకొనకన్వచ్చెవేగ,
దనుజుడునపుడునున్. 62

గీ॥ పందిరూపంబు, జేకొని, వచ్చువాని, దనుజుగాంచియు,
ఛాత్రులు, దడసివేగ
అదుగొ యదుగోయటంచును, నరచిపరచి, జేరిరాసుతుజెప్పిరి,
శీఘ్రముగను. 63

చం॥ మునిసుతులిట్లునార్వవిని, పూజ్యుడురాసుతుదంత, వేగమే
గొనియుశరాసనంబు, త్వరగూర్చియు, బాణము,
నశ్వమెక్కియున్
దనుజుడునున్నచోటుగని, తార్కొన, సూకరరూపు, భీతిచే
దనుజుడు, బార, వెంటబడె,తానునువీడకనావరాహమున్ 64

గీ॥ చారుచిత్రోపశోభిత, చాపమునను, నర్ధచంద్రశరంబును
నప్పైదొడగి
లాగిచెవికంట, వేసిన, తాకివాడు, భయముగదురగ,
బెదరగ, పదురుపుట్ట. 65

కం॥ దిక్కులుగానకవాడును, ప్రక్కలజూచుచునుబరచి,
వనులన్గిరులన్
బక్కెడనిలువక, పరుగుల, ద్రొక్కుచుదాటియునుబోయె,
త్రుటిలోవాడున్ 66

ఆ॥వె॥ తండ్రియాజ్ఞవిడక, తన్నటుప్రేరేప, దనుజమార్గమింత,
తలగకుండ.
మరిమనోజవంబు, వరలెడినశ్వంబునెక్కితరిమె,
దనుజుడెందుబోవ. 67

వ॥ అద్దనుజాధముండు, భయకంపితగాత్రుండై, దిక్కులంబడి,
యనేకవేల
యోజనంబులు, గిరుల, వనులందాటి, నారాక్షసుండు
పాతాళకుహరంబు ప్రవేశించె. 68

కం॥ దనుజునివెంటనె, నృపసుడు, డనువునుగానట్టి
మార్గమద్దియునైనన్
గొనియఋనుధైర్యము, విడువక, దనుజేవనిమార్గమూని,
తానునుజనియెన్. 69

గీ॥ కుహరమందున, దూరిన, కూడవెంట, నంటిపోయిన,
రాసుతు, కందువాడు
గానుపింపగలేదెట, గానిజ్వాలలెగయుచుండెడుపాతాళ,
మిట్టెగనియె. 70

ఉ॥ చారుసువర్ణనిర్మితము చక్కనిసౌధశతంబులెన్నియో
ఆరయ, స్వర్ణస్వామ్యమయి, నయ్యమరావతివోలె, శోభతో
మీరెడుదానిని, న్వెలుగు, మించెడుదాని, ఋతుధ్వజుండునున్
ఆరసి,విస్మితుండునయె,యబ్బురమద్దియుమించుచుండగా 71

చం॥ పురమును జొచ్చి, యెందునను, పూరుషు నొక్కనినైన గానగన్
తిరుగుచు నచ్చటచ్చటను, తిన్నగ బోవుచు, నొక్క కామినిన్
అరసెను, శీఘ్రమే గగను, నబ్బురమందియు, నామె త్రోవనున్
వరలగబోయె, తానుమరి, భామిని దౌకథ తా నెఱుంగగన్. 72

కం॥ ఎవ్వతె వెక్కడి దానవు, నివ్విధి నీ వెందు కేగు, దిద్దియ, నాకున్
అవ్వా చెప్పుమటంచన, యవ్వనితయు,
నేమి చెప్పక జిగెను వేగన్. 73

చం॥ హయమును కట్టి, నొక్క చరి, యామెయు నేగిన,
మార్గమూనియున్
రయమున, శంకలేకనట, రాసుతుడామె కథాక్రమంబునున్
స్వయముగ, తానెఱుంగ మది, వర్ధిలు కోర్కెయు దంచలేక నే
జయకరుడామె వెంటజనె, జాలఁదు నంచను,
ధైర్యమూనియున్. 74

(మదాలసా వృత్తాంతము)

చం॥ అటజనిగాంచె, రాజసుతు, దంబుజ సామ్యకరాంఘ్రి
యుక్తనున్
నిటలతటాలక, నమృదుల, నీలసరోజ, విలోచనాంచితన్
కుటిలనఖాగ్రయుక్తను, నకుంఠితశోభ రతీసమాననున్
చటుల శశాంకసామ్యముఖి, శ్యామను, పీనపయోధరాన్వితన్

గీ॥ స్వర్ణపర్యంకసుస్థిత, చాననామె, కడువిషణ్ణను, బింబోష్ఠి,
కమలపాద
సుభ్రు, నుదశన, కరభోరు; సుందరాంగి,
యమలచారిత్రతన్వంగి, నందుగాంచి. 76

గీ॥ చారుసర్వాంగి, శోభన, చారుశీల, మదనలతవోలె,
గాన్పించు, మాన్యచరిత
ఆరసాతలదేవతయంచునతడు, తలచెమదిలోన,
రాసుతుడలఘుయశుడు. 77

గీ॥ నీలకుంచితమూర్ధజు, నిమ్నస్కంధు, పీనబాహుని,
యున్నతు, వీరుబాల
మదనువోలెడురాసుతు, ముదితజూచి,
కుసుమశరుడొ్చనాయని గూర్మితలచి. 78

గీ॥ అతిశుభాచారరాసుతు నంతికంబు, నందుగాంచియు,
విస్మయదైన్యములను
లజ్జనొ్చందిలేచియు, లలనమదిని, కలతనొందె,
ఋతుధ్వజుగాంచినంత. 79

గీ॥ ఉరగగంధర్వ, సుర, విద్యాధరులలోన, యక్షకిన్నరులందున,
యక్షయంపు
పుణ్యఫలములగొన్నట్టి, పూజ్యుడౌనొ, నరుడొయెవ్వడో,
యంచును, తరుణితలచి. 80

గీ॥ బహువిధంబులచింతించి,పడతివేగ, శయనమునువీడిలేచియు,
చాలదీర్ఘ
శ్వాసవిడచియు, ధరణిపై, చతికిలబడి, మూర్ఛనందె,
మదాలస, ముందుకొరగి. 81

చం॥ మదనశరాభిఘాతవడి మానిసిగాంచినయంత భూమిపై
మదవతి మూర్ఛనొందగని, మన్ననతాను సమాశ్వసించె, నీ
యెదభయమేల వీడుమనె యింతిని తాగొను మన్మథార్తిసిన్
వదలగలేక లోనడచె. పార్థివసూనుడు, స్థైర్యచిత్తుడై. 82

కం॥ పురమున జొరునపుడెదురా
తరుణియు వ్యంజనముబూని తన్వినివిడకన్
పురపురబొక్కుచు విసరుచు
తరుణి సమీపంబునందు తానగుపించెన్ 83

ఆ॥ వె॥ ఊరడించియంత యున్నతుడప్పుడు
మోహకారణంబు ముందునడుగ
తరుణిలజ్జగొంది తనసఖితోడను
చెప్పెమదిలొమాట చెంతజేర్చి. 84

వ॥ అట్లు కుండలినికి తనమనోభీష్టంబు నెఱింగి.ప,
ప్రియసఖురాలి,
వృత్తాంతంబు సర్వంబు నారాజపుత్రునకీరీతి నెఱిగించె. 85

మ॥ సురలోకంబున పేరునొంది ఘనుడై శూరుండు విశ్వావసుం
డురుగంధర్వప్రభుండునై వరలుచున్నాడె మహావిజ్ఞుడై
తరుణీరత్నము సుభ్రు శోభన యనంతంబైన సౌందర్యమున్
వరలన్నిమె "మదాలసాఖ్య" సుతయై వర్తిల్లుచున్నుండగా 86

ఆ॥ వె॥ వజ్రకేతుసుతుడు పాతాళకేతను
వాడు యరివిదారు డైనవాడు
అలరసాతలంబు, నాశ్రయించియు ఖ్యాతి
నందియుండె భీకరుండునగుచు 87

కం॥ బాలిక యుద్యానంబున
మేలనుచు విహారమందు మిన్నగజేయన్
బాలను మోసంబునగొని
బాలిశుడౌ దనుజుడిందు, పడవేసెత్వరన్ 88

వ॥ రానున్న త్రయోదశీదివసంబున
యీమెఁ వివాహమాడ నిశ్చయించియున్నయెడ
యీమెయాత్మహత్యజేయ నిశ్చయించెనప్పుడు. 89

ఉ॥ వేదము, శూద్రుడున్గానగ, వీలెటు లేదటులే, సతీమణిన్
ఆదురితాత్ముడు, న్నెపుడు, నాదగజాలడుగా వివాహమున్
వేదన, యాత్మహత్య, నిటువీడకుదేహమటంచునీమెనున్
వాదిట, బాపినీవిధిని. పాపముజేయకనాపె, యింకనున్ 90

కం॥ ఆకాశవాణి యిట్టుల
యీకమలేక్షణముగాంచి యిట్లనె యింకన్
రాకొమరుచేతభూమిని
తాకొన శరఘాత భయముదగిలెదుమీదన్ 91

కం॥ నృపతనయుడాతడేయిక
యెపుడును పతియౌను సతికి యింకను వేరే
ఎపుడును జరుగదుగావున
నిపుడున్సౌఖ్యంబుగల్గు నెలతరో యనియెన్. 92

ఆ॥ వె॥ ఈమె కేను చెలిని యెలమిమాతండ్రియు
వింధ్యనామమౌని వెలయువాడు
పొందితేనువీర పుష్కరమాలిని
భర్తగాగ ముదముబడసితేను 93

కం॥ కుంభునిచేతను భర్తయు
శంభునిగలువంగనేను చక్రగయాత్రన్
సంభవమగుపుణ్యంబని
కుంభినిపతిపుత్రజేసి గూడితినీమెన్ 94

గీ॥ మునులబెదరింపగోరియు మూర్ఖుడితడు
సూకరంబయిపోవగ జూచివాని
మునులరక్షింపయెవ్వడోఘనుడుగొట్ట
బరుగులెత్తెను క్రూరుడు భయమువలన 95

వ॥ అంతనారాక్షసుండు మౌనిబాధాప్రాప్తపాపఫలంబుగుడువ
శరవిద్ధాంగుఁడయ్యెనని నేనెరింగితి మఱియు యీపుణ్యవతి
మూర్ఛాగతయగుటకు గలకారణంబువినుము. 96

చం॥ అమితమనోజ్ఞరూపుడవునై నవమన్మథరూపుదాల్చియున్
ఆమలిన దేవపుత్రసమమై వెలుఁగొందెడినీవు నిందునన్
సుమసమదేహనీమెదరి జొచ్చిననిన్గని మోహవశ్యయై
అమరె మరేమిలేదనియునామెయుబల్కెను రాజపుత్రుతో 97

గీ॥ ఎవనిచేతనుదనుజుండు నవనిగొట్టి
బడునోయాతడే యీమెకు పతియునగును
అనుచునాకాశవాణియు ననియెడాన
మోహవశయయ్యె యంచును ముదితవల్కె 98

చం॥ ఇతరుడునెవ్వడేనియిక యీమెకు భర్తయుగాగ నీమెయున్
మతియెటులూనుసౌఖ్యమది మానద తాత్యజియించు దేహమున్
సతి భువిశీలంబుగొనజాలునె నీవిక యీమెబుద్ధినిన్
వ్రతనియమంబు బాగెరిగి పంచుముజేయగ నైన కార్యమున్ 99

ఆ॥ వె॥ ఈమెజీవమిడువ, యింకనునేరీతి
జీవమూనినేను చెలగుదాన
అన్నృతమేలజెప్పు నాకాశవాణియు
విడువలేకనీమె వెంటనుంటి 100

కం॥ వీరోత్తమయీమెకుదగు
ధీరుడుపతియైనయింక దివ్యముగాగన్
చేరెడునాకును తృప్తియు
కారణమా సద్గుణంబు గ్రాహ్యమునగుచే 101

చం॥ తనువులు వేరెమాకు గొనుతావకచిత్తమునందు ప్రాణముల్
గొనవెటు భేదమింతయును గూర్చిననీసతిసాటిభర్తనున్
జనియెదనే తపంబుగొన జాలునునాకది తృప్తినీయగా
వినుమని నాసతీమణియు విన్నదనంబున నిట్లుబక్కెతాన్ 102

కం॥ ఇంతకునెవ్వడవీవును
చింతయుమదిబాయలేదు శీఘ్రమనీవున్
అంతయువృత్తాంతంబది
సుంతయుపోకుండజెప్పు శోభనమొప్పన్ 103

గీ॥ దేవదానవ గంధర్వ దివ్యలందు
పన్నగులలోన కిన్నర వరులయందు
మానవులయందు నెవ్వడోయౌనటంచు
నేనుతలతును మదిలోన నిక్కమిఁచు. 104

కం॥ మానవుడిందునజేరుట
గానము నేనాడుగాని గావుననీదౌ
మానితమగుచరితంబును
వీనులవిందౌనుమాకు వీరుడజెపుమా? 105

వ॥ అనియీరీతికుండల ఋతుధ్వజుని వృత్తాంతంబు
సవిస్తరంబుగా నెఱుంగగోరనాతండు 106

గీ॥ అమల నిర్మల ధర్మజ్ఞ వైనవీవు
నాదుచరితంబు నెందుల కిందురాక
ఎఱుగగోరితి వీవును వింతనిడక
చెప్పువాడను వినుమమ్మ శీఘ్రమిప్పుడు 107

చం॥ జనపతిశత్రుజిత్తు పిత చక్కగనన్నటుబంపె ప్రీతినిన్
మునిదగు గాలవాశ్రమము మౌనులరక్షణగూర్చ బంపగా
జనపతియాజ్ఞగైకొనియు చాలినశౌర్యధనంబుకొల్లలై
వెనుకొనియుండ వచ్చియును పీడకనుంటిని మౌనివాటికన్ 108

చం॥ మునిజనరక్షణంబుగొని పూజ్యులవీడక నేనుసుండగా
మునిజనయాగవిఘ్నమును పూర్తిగజేయదలంచిమించియున్
గొనియునుబందిరూపుమరిగూడియు వేగముధూళిమిన్నునున్
గొనునటురేపుచు న్వరుగుగూడియుపచ్చెను భీకరాకృతిన్ 109

ఆ॥ వె॥ అర్ధచంద్రశరము నమరిచి ధనువున
లాగివైవ నద్ది వేగమునను
తాక బాధమించ తాళంగలేకను
పరుగువెట్టి వెంటబడితినేను 110

కం॥ దనుజుడుబరునెత్తుచుజని
పనివడిగొంబిలముజొరంగ పరుగిడుహయమున్
వెనువెంటనెయాబిలమును
గొనిజొరబడె క్రోధమంత కొండలుగాగన్ 111

వ॥ హయంబుగర్తంబునప్రవేశింప నందుగాడాంధకారంబు
మించియుండ నొక్కచోటనక పరిభ్రమించుచు నొక్కయెడ
ప్రకాశంబుగాంచితి తదనంతరంబు నీప్రదేశంబుచేర
నీవుదృగ్గోచరవైతివి. 112

ఆ॥ వె॥ ఎవతెవీవు తండ్రియెవ్వరటన్నను
బదులుఁబలుకకుండ భవనమిందు
జొరగనీవు వెంటజొరబారివచ్చితి
తెలియగోరివిషయ మలఘుచరిత. 113

ఉ॥ నావచసంబుసత్యమిది నమ్ముము దానవపన్నగాదులన్
దేవసమాజమందునను దివ్యుల కిన్నర రాక్షసాళులన్
నీవనుమానమూనునటు నిక్కమునెవ్వడగాను సర్వమున్
నీవ యెరుంగునట్లుగను నేనునుతెల్పెదనంచు వెండియుఁ 114

ఆ॥ వె॥ సర్వదేవవరులు సర్వాత్ములౌవారు
పూజనీయులెపుడు పుణ్యురాల
ఇందుశంకయింత పొందకుమదియందు
నంచుబల్కెనతడు నతివముందు. 115

కం॥ అంతమదాలసలజ్జయు
నెంతయు నొందియును చెలిని యీక్షించుచుతా
నింతయువలుకకనూరక
యింతియునందుండె తీరునీప్పితమనుచుఁ. 116

కం॥ సురభియుచెప్పినయట్టుల
వరలెడునీరాజమతుని వరచరితంబుఁ
తరుణీవింటివెయంచును
కరమటుకుండలియుబల్కె గ్రక్కునతానే. 117

ఉ॥ వీరవతంసమానిజము వీడకబల్కితిసుమ్మ పల్కులన్
చేరదుశంకసుంత విను శ్రీకర శోభన పుణ్యమూర్తివై
మీరిననీదురూపువిడి మించియు పోవునె వేరయెచ్చటన్
చేరగ నీమెదౌమనసు చేడియసాహసమెట్లుజేయుదా 118

కం॥ శశివీడకుండకాంతియు
యశకరుభాస్కరుని ప్రభయు నైశ్వర్యంబున్
కుశలిని పుణ్యనిధీరుని
భృశమగుధైర్యంబుక్షమయు వీడకయుండున్. 119

వ॥ మరియు — — 120

గీ॥ అద్దురాత్ముండు దనుజుండు నవనియందు
నీదుశరఘాత నొందుట నిక్కువంబు
కామధేనువుపల్కనే కానిమాట
సత్యమిదియంతనీమాట సత్యమౌను 121

కం॥ నీదగుసేవాభాగ్యము
నీదరిగొననున్న యీమె యెంతటిపుణ్యం
బీదరిజేసెనొ యింతటి
గాదగుభాగ్యంబుజూచు కాలమువచ్చెన్. 122

గీ॥ తండ్రియాజ్ఞనుదల దాల్చినేను
మెలగువాడను స్వేచ్ఛగా మెలగరాదు
ననగ కుండలి కులగురువైనవాని
యలఘుతుంబురు ధ్యానించె యతివయంత. 123

—(ఋతుధ్వజ మదాలసా వివాహము)—

॥ తుంబురుడా మదాలస నితోధిక ప్రేమనుజూచుచుంటచే
అంబరమందుసుండియును హస్తమునందు సమిత్కుశాళినిన్
సంబరమొప్ప బూనియును సంతసమందగనామెముంగిటన్
తుంబురుడొచ్చి వ్రాలె తన తోడనుకాదగు దానిదీర్చగన్ 124

సీ॥ అగ్నినిర్వేల్చియు నాయగ్నిముంగిట
మంత్రపూతనుకన్య మహిపతికిని
మంత్రపూర్వకముగ మహితవైవాహిక
క్రియనెరవేర్చియు నయముగాను
కుండలిముదమును గూడంగతుంబురు
డాశ్రమంబునుజేర యరిగెనంత
ఆమదాలసగాంచి యనియెనుకుండలి
నిజమునేనివ్వుడు నీకుతగిన

గీ॥ వరుడులభియింప సంతోషభావమునను
నిర్మలంబైనమదితోడ నేనుతపము
చేయబోవుచునుంటిని చిత్తశాంతి
నిర్విచారంబుతోడుగ నేనుసఖియ 125

చం॥ ఘనతరతీర్థజాలముల గల్గినపాపములన్నిబోవ నే
గొనగ పవిత్రత న్మదిని గొంటినినిశ్చయమోసఖీమణీ
నినునిటుబాయుటన్మిగుల నేనునుఖేదమునొందియుంటినిన్
అనియునురాజపుత్రుగని, యామెయుగద్గదకంఠయౌచునున్ 126

సీ॥ నీవంటి ప్రజ్ఞామనీషికిజెప్పంగ
నేముండునాబోటి, భామయొద్ద
సాహసమేయౌను, చాలుదంచునబూన
దానభీతిలుచుంటి, ధర్మవిజ్ఞ
ఈమెపై, నెలకొన్న యెనలేనిస్నేహంబు
పురికొల్పెనన్నును పూర్తిగాను
దాననేనీకిది, తడయకస్మరణకు
తెచ్చునట్లుగజేతు, నిశ్చయముగ

గీ॥ పతికిభార్యను భరియించి వదలకుండ
రక్షజేయుట కర్తవ్య దీక్షయంద్రు
ధర్మకామ్యార్థసంసిద్ధి తానుగొనగ
భార్య సహధర్మచారిణి వలనగల్గు. 127

కం॥ పతియునుభార్యయు నొకరొక
రతిప్రేమతో గూడియున్న యపుడేజగతిన్
సతతము విడువక వారల
ధృతియాషణత్రయములన్ని స్థిరముగగల్గున్. 228

కం॥ సతియునుమృతియునుబొందిన
పతియెటు ధర్మార్థత్రయము తానునుబొందున్?
సతియందె యాత్రయంబును
సతతమువర్ధిల్లుచుండు సన్మార్గచరా 129

గీ॥ పతియులేనట్టి భార్యకు గతులులేవు
నల త్రివర్గంబులను పొందు నర్హతయును
పొందలేదిటకావున పూర్తిగాను
దంపతులతోడ ధర్మముల్తవిలియుండు 130

మ॥ ధరణీపాలకుమార భార్యమృతినిన్తానొందగా పూరుషుం
డురుదేవాతిధి పూజలన్గొనియు తానుచ్ఛస్థితిన్బొందగా
ధరయేరీతిసమర్థుడౌను వినుమా దాంపత్యధర్మంబులన్
వరమౌవానినియంచు కుండలియు నవ్వాత్సల్యమేపారగా 131

మ॥ ధనసంపాదనమెంతజేసినను నెంతైనన్గృహంబందునన్
వనితారత్నములేక యున్న యదియున్వ్యర్థంబులైపోవుగా
గొనినన్తానొకమూర్ఖురాలి సతిగా గొన్నట్టియర్థంబులున్
ధనముల్యన్నినశించిపోవు ధరలో తత్కారణంబౌనియు 132

సీ॥ అతివయుగయ్యాళి యైనను పురుషుని
కోరికలెన్నడు దీరబోవు
పతియేదిజెప్పిన, వ్యతిరేకముగజేయు
తరుణితోగూడుట నరకమగును
సుఖమెట్లు గొనగను, జూచిన పురుషుండు
పొందంగలేడెందు పూర్తిగాను
దంపతులిద్దరుతమమదులొకటిగా
జేసిన సుఖములు చేకొనుదురు.

గీ॥ మఱియుపుత్రునిగాంచంగ తరుణిగాక
వేఱుమార్గంబులేకుంట విధిఘ్నాంతంబు
అతిధిపూజలజేయగ యన్నపాన
ములనుగూర్పగ తరుణియేమూలముగద. 133

చం॥ సురలను గొల్వతృప్తిగొన చోద్యముగాదిది భార్యలేకనే
పురుషుడు పొందనేరడిల పూరుషగూడని భార్యయీయిలన్
వరమగు ధర్మకామముల పాల్గొననేరదు నాత్రివర్గముల్
ధరణినియాశ్రయించుకొనుదంపతులన్నెడబాయకుండగా 134

గీ॥ నాకుతోచినయట్టిది మీకునేను
జెప్పవిడచితి స్వేచ్ఛగా నిప్పుడింత
ఏగుదానను నీవును నింతిగూడి
ధనము పుత్రసుఖాయువు ల్దాల్చదిందు. 135

కం॥ అనియును "కుండలి" జెప్పియు
తనసఖికౌగలిని జేర్చి ధరణీశునకున్
మునుకొని మ్రొక్కియు బుద్ధియు
జనురీతిని యామెఱనియె సత్వరమంతన్ 133

ఉ॥ అంతమదాలసన్గొనియు నాహయరాజమునెక్కి పోవగా
కాంతుడు బూనియుండ యదిగ్రక్కునదానవరాక్షసాళులున్
అంతనెఱింగి పోయెడిని యద్దిరపోయెడి పట్టుకొండికన్
సుంతయెఱుంగడీ సతిని శూరుడుదానవనేతతెచ్చుటల్ 137

కం॥ శరములయాయుధచయముల
కరములగొని రాక్షసులును కట్టడిచేయన్
దురమునఁగైకొనకాతడు
తరుణితొహయమెక్కియందు తార్కొనెవారిన్ 138

గీ॥ తనపరాక్రమ విక్రమస్థబ్ధులైన
దానవాళినిసవ్వుచు తానువేగ
శరపరంపరబరపియు చాలువాడు
ఛేదనంబొనరించెను వీరుడతడు 139

కం॥ అంతటత్వష్టాస్త్రంబును
కాంతుడుసంధించివిడువ గ్రక్కునసదియున్
వింతగ దానవులందర
యంతన్కపిలాగ్నిచేత నాసగరనుతుల్ 140

వ॥ ఏరీతిభస్మరాసులై నిశ్శేషంబుగానశించిరో
యారీతి దానవసమూహంబంతయు
పాతాళకేతునితోడ నిశ్శేషంబుగా దగ్ధంబయ్యెనంత 141

చం॥ దనుజులజంపి వారువము తానుసతీమణిగూడినెక్కియున్
ఘనుడగురాజశేఖరుడు, కౌగలిజేర్చియు. కీర్తికాంతనున్
మనుజకులాధినాథుపురి మానినివెంటనునుండ జేరియున్
గనియెనుతండ్రిపాదములగ్రక్కునమ్రొక్కియుపుత్రుడంతటన్ 142

సీ॥ పాతాళగమనంబు, భామినికుండల
గనుపించుటెల్లను, కరమువిడక
తానుమదాలస, పాణినిగొనుటయు
దానవాళినిగూల్చి తరలుటయును
సర్వంబుతండ్రికి, చక్కగవివరించ
సంతసంబున మది సందడింప
కౌగలించియుపుత్రు కూరిమిమించంగ
బల్కెనుపుత్రుతో పతియునంత

గీ॥ నిన్నుసత్పుత్రుగాంచియు నిక్కవముగ
నేనుతరియించినాడను మౌనివరులు
భయమువీడియు తిరిగిరి వనములందు
నిన్నుపొందుట కులమది మిన్నునందె 143

ఉ॥ పూర్వులుగొన్నకీర్తినిట పొందగ జేసితి విస్తృతంబుగా
నుర్విని నీవా దానినిట నుర్విరసాతలమందు వ్యాప్తినిన్
సర్వులుసంస్తుతింపగను చక్కగబెంపును జేసితౌర నా
పూర్వపుకీర్తికిబ్బడిగ పుణ్యుడ కీర్తివిశాల పుత్రకా 144

(శత్రు జన్మహారాజు పుత్రునకు నీతులుగరపుట)

మ॥ ధనమున్కీర్తిపరాక్రమంబు మరివిద్యాజ్ఞానముల్తండ్రిచేన్
ఘనుడౌనాగురువర్యుచేత తనకుస్గాధంబుగా యబ్బినన్
గొనియవ్వానిని నిల్పుకొన్న యతని స్ఫూర్తన్సదాభూమిలో
జనులున్మధ్యముడంచు వాకొనెదు తత్సౌశీల్యమున్మెచ్చుచున్ 145

వ॥ ధన వీర్య యశోజ్ఞానాదులనశింపఁజేసిన
పురుషుని యధముండని వ్రాక్రుత్తురు. 146

కం॥ మునిజనసంరక్షణమును
గొనిజేసితిమున్ను నేను గూర్చితివీవున్
తనయాపాతాళంబున
జనిరాక్షసనాశమందు జరువుటనీచే. 147

కం॥ ఇదియునునీజేసిన ఘన
మది పురుషోత్తముడవీవు నధికపుకీర్తిన్
వదలకగొనుటనునిందుల
వదలెనుసందేహమింక వరగుణనిలయా. 148

ఉ॥ నీవిట ధన్యుడైమనుట నిక్కమటుండగనిమ్ము నేనునున్
ఏవిధిజూచిన న్మిగిలి తిందున విన్నునుగాంచి పుత్రుగా
నావలె సద్గుణప్రకరణావళి తావయియుండువాని నిం
కీవిధినిందుగాంచుటకు నెందరుపుణ్యముజేసియుందురో 149

ఉ॥ పాపియుసత్పుతున్గనియు పాయునుసంతసమల్లై యుర్విని
చేపడు తండ్రిఖ్యాతిగొని చేరగజూచెడువాడు వ్యర్థుడౌ
తాపడయంగనట్టిసుతు తానునువ్యర్థుడు నౌను శ్రేష్ఠునిన్
తాపడయన్నుపుత్రునిగ తండ్రియుధన్యుడునౌనుభూమినిన్ 150

గీ॥ ఆత్మవిజ్ఞానమూనిన యతడె ధన్యు
డుత్తముండగు తాతతండ్రులఘనంపు
కీర్తివలనను పేర్గాన కీడులేక
మధ్యముండగు తల్లిదౌ మహితమైన. 151

వ॥ కీర్తివలన పేరొందువాడు వధముండగు

గీ॥ పుత్ర ధనవీర్యసుఖముల వృద్ధినందు
మిలమదాలసతోగూడి యెనయలేని
సుఖములన్గాంచు గంధర్వసుతయునీకు
ప్రీతిపాత్రయునౌచును వెలయుగాత

చం॥ పితయటుప్రీతివాక్యముల పెక్కులువల్కియు ప్రేమమించుటన్
సుతునటుమాటిమాటికిని శూరుడుకౌగలిజేర్చుకొంచునున్
సుతుని నివాసము న్త్వరగ జొచ్చగభార్యతో నాజ్ఞయిచ్చియున్
మతి ముదమంతనింద మతిమంతుడు బంపెనుకీర్తిశాలినిన్ 154

శా॥ ప్రాత కాలమునందె లేచియును నబ్భామారత్న మేకాల్యమున్
ఏతీరున్గాని చేయగాదగునో యన్నింటి న్సదాజేసియున్
చేతంబంతయు భక్తిభావమది నిశ్చింతన్గనన్మామకున్
నాతౌయత్తకు భర్తకున్వరుపు మాన్యంబైనసంసేపలన్

గీ॥ తిథులు గడువంగ తండ్రియు లేజయుక్తు
పుత్రుగాంచియు మరలను మునివరులను
విప్రవరులను గాచుట విడువకుండ
భూమిసంచారమొనరించు పుణ్యవరుడ

కం॥ వీదగుహయమునునెక్కియు
కాదనకీసంధ్యలందు క్రమముననీవున్
వేదుల మునులను నాపద
లేదరిజేరంగరాక సెరపుమురక్షన్

ఉ॥ పాపులనేకులీదనుజపాలురు సాధులబాధపెట్టగా
పాపవిబుద్ధిచేపుడమి పర్వులుబెట్టుచు నుందురందుచే
పాపులచేత సాధువులు బాధఁగూడకయుండ నేర్పునన్
ఈపుడమిన్పరిభ్రమణమెప్పుడు జేయుచునుండు పుత్రకా !58

గీ॥ తండ్రియానతితలదాల్చి ధరణియంత
వుభయసంధ్యల సంచార మూర్విజేసి
వారిరక్షణగూర్చియు వారిజాక్షి
గూడిరమియింపుచుండెను కోర్కెదీర, 159

(తాళకేతునిచే ఋతుధ్వజుడు మోసగింపబడుట)

చం॥ తిరుగుచు నొక్కనాడుభువి ధీరుడు నాయమునాతటంబునన్
వరలెడుతాళకేతుడను వాని సుఖాశ్రమమొందునుండగా
అరసెను భ్రాతృనాశమున యత్యధికంబగు కోపమూనియున్
కరమటుమోసబుద్ధిగొని గ్రాలుచునుండగ నాతటీస్థలిన్ 160

కం॥ మునిరూపుగొనియు దానవు
డనిశముపూర్వంపువైర మద్దియునెదలో
గొనియును రాసుతునచ్చట
గనియును మోసంబుజేయు కాంక్షతొహాదుః 161

గీ॥ నామగోర్కెయు తెలిపెద నీదుమదియు
సమ్మతింగొనజేయంగ సత్వరముగ
చేయుమీవును ప్రార్థనజేతుననుచు
తలచుచున్నాడ మాటను తప్పవనుచు. 162

గీ॥ ధర్మసముపార్జనంబును ధరణిజేయ
తలచియుంటిని యజ్ఞంబుదారిగాన
చేయగోరితి దక్షిణలీయవలయు
ధనములేదంచుమదిలోన తపనగొంటి.

ఉ॥ నీదగుకంఠభూషణము నేనిటగోరితి యాగపూర్తికిన్
నేదమిదీరజేయగను విక్రముకార్య ప్రధానమట్టిదా
కాదనకీవు నిమ్మనిట కాదగుదక్షిణలెల్లగూర్పగా
లేదన యేదిమార్గమిట లేదనినొందితి దుఃఖమిచ్చటన్

కం॥ కావునదానినిగోరితి
నీవికనాకిమ్ముదాని నేరనువేరే
నీవిట యాశ్రమరక్షణ
మోవీరాగూర్చుమింక యుత్తమరీతిన్.

సీ॥ కంఠాధరణమిచ్చి కాకుండనిల్చెది
యాగంబుపూర్తిగసాగజేయు
నేనిటజలముల లీనత్వమందిన
వరుణునివేదార్థ భాష్యములను
వేడియు ప్రజలకు వీడనిమేలును
జేకూర్చి శీఘ్రమ జేరగలను
అనుచును వాకొన యతిముదంబునుజెంది
దండంబునర్పించి ధరణిపతియు

గీ॥ ఇచ్చెకంఠవి భూషణ మింపుతోడ
మౌనివర్యునివాక్కుల బూనిరాజు
మోసమెరుగని మనసున యీసులేక
ముదితహృదయంబుతోడుత మౌనివరుని 166

గీ॥ చూచియిట్లనె వ్యసనంబుత్రోచివైచి
పోయిరమ్మింక సంతోష స్ఫూర్తితోడ
ఆశ్రమంబును రక్షింతు నంచుపతియు
బల్కదనుజుతోనిట్లనె పతియుమఱల 167

కం॥ నీయాజ్ఞనేనుజేయుచు
నీయాగమనంబుగోరి నిక్కమునిందున్
చేయుదుబాధలులేకను
నీయాశ్రమ భూమియందు నిల్చియునేనున్ 168

చం॥ మునివర? నీయభీష్టమును పూర్తిగనన్నునునమ్మి తీర్చుకో
జనుమని రాకొమారుడును చక్కగవల్కగ మౌనిరూపుడౌ
దనుజుడు నాజలంబులను తక్షణమేజని రాజుజూడగా
మునిగియుబోయె కోర్కెయిటు పూర్తిగతీరెనటంచునెంచుచున్ 169

చం॥ జలముల కొంతదవ్వరిగి చాటునతానదివీడి రాజునున్
మెలగగ యాశ్రమస్థలి యమేయజవంబున తాళకేతుడుఌ
బలయుతుడౌ ఋతుధ్వజుని పట్టణమేగి మదాలసాసతిన్
చెలులటుచుట్టియుండగను జేరియువాడును యుక్తియుక్తిగా 170

చం॥ మునిజనరక్షణంబుగొని పోరొనరించుచు దానవాళితో
ఘనుడు మదాశ్రమంబుదెస గ్రక్కునవచ్చి యునందుసుంతః నా
దనుజునితోడఁబోరుచును తానునుసుండగ పోసమూనియున్
దనుజుడుశూలమున్గొనియు తద్ద్వురమందున మోదయాతడున్ 171

కం॥ మరణించుచునన్గనియును
ధరియించినహారమిద్ది తానునునాదౌ
కరముననిడి ప్రాణంబుల
ధరవీడెనటంచుబల్కె దనుజుడునందున్ 172

కం॥ మునిజనములు తమకైయిల
తనప్రాణమువదలినట్టి ధారుణీపతినిన్
ఘనముగ దహనంబునుసట
గొనిజేసిరి యశ్వమందు గూడగబాధన్. 173

చం॥ తురగము వెంటరోడ్కొనుచు దోర్బలమొప్పగనద్దురాత్ములుఁ
తరలిరి దానవేనుపిట దానిని మీకును జెప్పబాధలన్
వరలగజేసినాడు కడుపాపిని క్రూరుడ నంచునాతడుఁ
తరలుచుకంఠభూషణము తప్పకగైకొనుడిద్ది జూచినన్. 174

వ. దుఃఖోపశమనంబునందగలరు నిర్మోహమానసులగుమాకు
భూమిపై స్వర్ణాభరణం బులతో నేమిపనియని
కంఠాభరణంబును భూమిపైయిడి యదేచ్ఛంజనియెనంత 175

కం॥ అంతఃపురజనులందరు
నెంతయు శోకంబునంది యిలపైమూర్ఛన్
ఇంతులుజెందియు తదుపరి
సుంతయుతెలివందివారు శోకముమించన్. 176

వ॥ రాజభార్యలు నతిదుఃఖంబునందిరి యంతమదాలస. 177

సీ॥ తనపతికంఠాన దాల్చినహారంబె
యంచునుదానిని యతివగాంచి
భర్తయుమృతిగొనె బడసినహారంబు
నిజమంచు సాక్ష్యంబు నిక్కమిచ్చె
పతినటువీడియు భావ్యంబెభూమిపై
బ్రతుకుట సతికిని పతియునెచట
నుండునోయచ్చట నుండుట సరియగు
నంచునుమదిలోన యతివతలచి

ఆ॥ వె॥ తనదు ప్రాణములను తనువుననిల్పక
విడిచివైచెనతియు వేగమపుడె
ప్రతిగృహంబునందు ప్రబలెను రోదన
ధ్వనులు పురమునందు ధరణినిండ. 178

కం॥ జనపతిగృహమున నుండియు
జనసతి రోదనములెట్లు చాలగవెడలెన్
అనయము పురమంతయునటు
గనెరోదనధ్వనులునిండ కొంతుడునంతన్. 179

గీ॥ జననమరణాది కార్యముల్చక్కమదిని
తలచి స్వస్థుడై నృపతియు తానుజనుల
గాంచిదుఃఖింపనేలను మించుశోక
మంతవీడియు శాంతంబునందమేలు,

వ॥ అనిపలికిమఱియునిట్లనియె.

చం॥ జనులకుబంధనాదులవి శాశ్వతమైనవి కావటంచు తా
మనమున నిక్కమున్నెరుగ మాననిదై మనుమృత్యువందినన్
గొనరిల దుఃఖము న్నరులు కోడలు పుత్రుడునైననొక్కటే
గొనగనికేలశోకమది కూడదునంచును రాజునింకనున్

శా॥ యోచించన్మది వారిమృత్యువది యత్యున్నత్వమైనట్టిదా
నాచేయాజ్ఞనుబొంది మౌనిజనమున్న్యాయ్యంబుగారక్షణన్
తా చేయన్జని మృత్యువందె సతియు న్తద్భర్తృనాశంబుచే
తాచేరెన్మరిపుణ్యలోకముల సంతాపంబునింకేటికిన్.

చం॥ తరచియుచూచినట్లయిన దంపతులున్నిట పుణ్యలోకముల్
దరసిన చింతిలంగనిల తప్పగు వారలునాదు సేవలన్
మరువరు నాదునాజ్ఞవిట మానకజేతురు సాధుపూరుషుల్
వరమగుబ్రహ్మమౌవితతి బాగునుగోరియు వారిరక్షకై

కం॥ తనువునుబాసినసుతుకై
గొనవేటికిదుఃఖమద్ది గూడరుధీరుల్
గొనరిటశోకంబునుమది
గొరినన్ద్విజరక్షయందు గూడినచాపున్.

గీ॥ ఆమదాలస సత్కులజాతయగుట
భర్తృమరణంబువినినంత పడతిమిన్న
సతులుబోయెడిమార్గాన పతినిజేరె
పుణ్యలోకాలముదమును బొందగోరి. 186

కం॥ సతులకు పతికిని మించిన
గతి దైవము వేరెలేదు గావుననిందున్
సతికై బంధులునితరులు
మితిమీరిన దుఃఖమొంద మేలగు నెటులన్. 187

చం॥ పతిమరణంబువిన్నతరి బాసెనుదేహము బాయకున్నచో
మతిగొననౌనుదుఃఖమది మానినిభర్తనుసారమూనె నా
సతినిటుగూర్చి శోకమును జ్ఞానులునొందరు భర్తచావగా
సతిబ్రతికున్నతప్పక విచారమునొందగనౌను నింకనున్. 188

కం॥ ప్రాణములు తీపిగావున
ప్రాణంబులపైనియాశపడసియుసతియున్
తానునుభర్తృపథంబును
పూననిసతికైవిచార మూనగనౌనున్. 189

గీ॥ అతికృతజ్ఞతరూపంబు నందుకొనిన
యామెభర్తృవియోగంబు నేగతినిట
బూను మదిలోనభర్తను తానుదైవ
మంచుతలచెను తరుణియు నద్దినిజము. 190

గీ॥ ఇహపరంబుల సౌఖ్యంబు నిచ్చుభర్త
సతియునరుః గా నేరీతి చక్కనెంచు
మనుజమాత్రునిగా తానుగొనుటయెట్లు
దైవమంచునుతలచెడి తనదుమదిని. 191

వ॥ మఱియు బ్రాహ్మణజనరక్షణార్థంబై ప్రాణంబులత్యజియించి
మత్పుత్రుండు మద్వంశంబు తరింపజేసె
విప్రరక్షణార్థంబుతనదేహంబువీడెగావున
మదృణంబునైతంబు దీర్చినవాడయ్యె. 192

గీ॥ సుతునిమరణంబువినియును సతనిమాత
శోకమందక సంతుష్టిజూరగొనుచు
భర్తతోడుతనిట్లని పలికెముదిత
ముదితహృదయాంతరంగయై వదలకుండ. 193

చం॥ మునిజనరక్షణంబుగొని టోయెను స్వర్గనివాసమూనగా
తనయుడు దానివింటినిట దాని వినా మరిదేనిచేతనున్
గొననిటసంతసంబు నికగూరిమిచెల్లియు తల్లియైనను
ననుమతితోషము న్గొనగ నాకగునెట్టుల నంచుబల్కియున్ 194

ఉ॥ భూసురధేనురక్షణకు పూర్తిగయుద్ధములెన్నివచ్చినన్
వేసరకుండ భీతులగు పీడితమానవ రక్షణార్థమై
ఏసమరంబునందయిన యాతనువంతయు చిన్నమైనను
తాసమరంబునున్గొనిన తాదృశమానవులెందునుందురా? 195

కం॥ మిత్రులదరిసి స్జేర్చుట
పాత్రులునౌయర్థులకును బడయగముదమున్
పుత్రులుజేసినవారిని
పుత్రులుగాబడయువారె పుణ్యులుధరణిన్. 193

గీ॥ అరివిదారుడు సుతుడంచు నవనిజనులు
వొగడుచుంటయు మరియును పుత్రుడింద
సమరమందునమరణించి స్వర్గసుఖము
బొందుసుతుపొందుతల్లియే యెందుజూడ 197

వ॥ పుణ్యవంతురాలగు వేరువిధంబునమరణించెడిపుత్రుని఼గన
తల్లియౌవనచ్ఛేదకుఠారరూపుందగునని బల్కెయంత. 198

కం॥ జనపతిస్నుషకును పుత్రున
కనువగు సంస్కారమంతయమరించియుతా
ఘనముగతర్పణమొసగియు
మనమునసంతృప్తినందె మానవపతియున్ 199

గీ॥ తాళకేతువు వచ్చినదారినుండి
జలము వెలువడి వేగమ జనపతియును
యున్నదెసజేరి మృదుభాష లన్నరపతి
వినగబల్కెను సంతోషవివశుడగుచు. 200

కం॥ నృపసుతనాదగు కోర్కెయు
నిపుడున్నటదీరె ఛలనమింతయులేకన్
కృపతోనీవుండగయని
యపుడాతండటులబల్కె యనియెనుమరలన్. 201

కం॥ వారుణయజ్ఞముపూ_ర్తిగ
తీరెను కొరతేమిలేదు తేజస్వంతా
చేరుమునీదగుపురమున
కోరజనీచరవినాశ యున్నతయనగా. 2॥

ఆ॥ వె॥ గరుడవేగగామి తురగంబునెక్కి_యు
పురముఁజేరవెడలె పుణ్యుడైన
తంద్రిమోలజేర తనదైనకోర్కె_యు
తీరెనంచు మదినిజేరముదము 203

గీ॥ పితృపాదారవిందముల్వేగజేరి
దండమర్పించుకోర్కె_యు తన్నుద్రోయ
ప్రియమదాలసగాంచంగ రేడుత్వరగ
పురముజేరెను సంతోషపూర్ణుడగుచు 204

కం॥ పురమునుజొచ్చియుజూచెను
కరమౌదీనంపుభావ కారణమౌచున్
పురమదినుండగ రాసుతు
పురజనులునుగాంచి హ్లాదపూర్ణులనగుచున్ 205

చం॥ పురమునుజొచ్చివచ్చు బలపూర్ణునిరాసుతుగాంచి పౌరులున్
కరములకౌగలించుచును గాంచితిమిప్పుడురాకొమారునిన్
వరలునదృష్టమింతయని వాకొననౌనొకొ యంచునొండొరుల్
త్వరత్వర వారువేరొకరిదాపునజేరియుజెప్పిరప్పుడే. 206

గీ॥ మాకదృష్టంబు మించియు మమ్మెదరినె
యిలచిరంజీవివైనీవు నెందునైన
అరులగూల్చియు కళ్యాణమందుకొమ్మ
నంచుదీవించిరెల్లరు నందుజనులు 207

గీ॥ నీదు తండ్రియు సంతోషమందికొనగ
చేయుమారీతి మమ్ముల చింతలేక
ముదముగొనునట్లు పాలించు పూజనీయ
యనుచుచుట్టియు జనులును ననిరిపురిని. 208

చం॥ పురజనులిట్లునాడవిని పూజ్యునితండ్రినిజేర తండ్రియున్
వరలముదంబు కౌగలిని బాగుగజేర్చెను తల్లిబంధులున్
అరసియు పుత్రునిమ్మదము నందియు నందరుకౌగలించియున్
మురిసిరిపుత్రురాకనట పూర్తిగడెందముతోషపూర్ణమై. 209

గీ॥ తండ్రియుచిరంజీవ యనుచుతనదుపుత్రు
శిరమునంటియు మూర్కొనె జేరుబంధు
తతియు శుభములొందియునీవు ధరణియందు
నుండుమంచును దీవింప యున్నతుండు. 210

ఉ॥ విస్మయమంది బందుగులు వీడకబల్కెడి పల్కువించునున్
విస్మయమయ్యె మీపలుకు వీనులసోకగ సర్వమిందునన్
విస్మయమౌచున్నయది వేగమునాదుమనో కళంకనున్
భస్మముజేయుడంచనగ బాగనితండ్రియుజెప్పెనంతయున్ 211

గీ॥ పతిగతప్రాణ మన్మనోవాసిభార్య
నాదుమరణంపువార్తను నమ్మిమదిని
ఆమదాలస ప్రాణంబునట్టెవిడచె
నంచుచింతించె రాసుతుడందుమరియు. 212

ఉ॥ నామరణంబువిన్న తరుణంబున నాతియునొక్కలిప్తయేన్
భూమినినుండకుండ సురభూమినిచేరగబోయె నేనునున్
ఈమహిప్రాణముల్విడక నిష్ఠురతన్గిరివోలె జీవమున్
నామెయివీడకుండె కఠినాత్ముడయెంతటివ్యర్థజీవినే 213

ఆ॥ వె॥ మోహమంతవీడి ముగుదనుతలచియు
చింతజేసిమదిని యింతయైన
సడలకుండజేసి సన్మార్గగామియై
నిశ్వసించెతాను విడుపుగాను. 214

గీ॥ మన్నిమిత్తంబునైయామె మరణమందె
తన్నిమిత్తంబు మరణింప ధరణియందు
ఏమిఫలితంబు పతిబోవ యింతులకును
నద్దికర్తవ్యమగు నామె. యనుసరించె. 215

సీ॥ హేప్రియభామిని యారీతినవ్వీడి
యేగితివంచును నేడ్చుటయును
అంతశ్శోమారచుట యదియేమిసరియౌను
పురుషులు నేడ్చుట పోలదెపుడు

బలదర్పములతోడ పరిఢవిల్లెడునేను
దీనత్వమందియు తేజముడిగి
జడుడనై తిరిగిన శత్రురాజులకింద
నపహాస్యభాజను డగుచుగాన.

ఆ|| వె|| అరివిదారినౌచు భరియించితండ్రిని
సేవజేయవలయు స్వేచ్ఛలేదు
తండ్రిసేవకొరకు తగుదంచుదేహంబు
నిచ్చినాడ చావనెట్టులౌను. 216

ఉ|| నేనిటనాకృతజ్ఞతను నిక్కముతెల్పగ త్యాగమిప్పుడున్
బూనగమార్గమియ్యదియె పూర్తిగ ప్రాణములుండుదాక యే
చాననుదాకరాదనియు సన్మతితోడస్థిరత్వమూనియున్
నేనును బ్రహ్మచర్యము వినిర్మలభావనజేతునంచునున్ 217

ఉ|| నావలన్ననించియు ఘనంబయిమించు వ్యథాక్రమంబునన్
తావడివీడె ప్రాణముల తజ్జనితంబగు పాపమంతయున్
బోవగజేయగావలయు పూర్తిగ మేలగు కాకపోయెడిన్
ఈవహిజేయుత్యాగమది యెంతటిస్వల్పమునైనజేతునేన్ 218

గీ|| అలఋతుధ్వజుడారీతి యతివకొరకు
నిశ్చయించియు కాగలనిర్ణయముల
తీర్చి తదుపరిమనమున జేజయుక్తి
దిట్లుతలపోసెమదిలోన యింతవిడక 219

మ॥ మృగశాబాక్షి మదాలస న్మనమున న్సామ్రాజ్యంపు సద్భావనన్
ఒగినేబూనియు రాజభోగముల నత్యున్నత్వము న్బూన షే
మృగశాబాక్షితొగూడిగ్రైకొన నికన్మేనంటిజీవించినన్
తగవేలేదికయీపథంబునకు నేతథ్యంబుగా గొంటినిన్. 22।

కం॥ గజగామిని సహచారిణి
నిజముగనన్విడచిపోవు నీరజనయనన్
సుజనహితంబని వేరొక
గజగమనగ్గొనగబోను కఠినపురీతిన్ 221

గీ॥ సర్వసుఖములవీడియు నుర్వియందు
తరుణిభోగంబులన్నియు తానువిడచి
సఖులతోగూడిక్రీడల సరసజేరి
శీలవంతుండునౌచును జెలగుచుండె. 222

వ॥ మఱియు నతనికి భార్యాసహచర్య జనితసుఖసంయోగంబు
గలుగునట్లు జేయవలయు. 223

మ॥ ఇది తండ్రీ ధరణీశుకార్యమగు దానిన్దీర్పగాయీశుడే
తుదినిర్ణేతయు కార్యతీర్పరియునై తోరంబుగానుండెడిన్
ముదితన్గూర్పగవేరొకండుగలడే పుణ్యార్థసల్లాభముల్
విదితుండైగొన నాతడేతగునుగా వేరొక్కడేజాలునా? 224

ఉ॥ ఇద్విధిబల్కపుత్రులను నీక్షణజేసియు నాగరాజునుఞ
ఎవ్విధికార్యభారమును నింతకొరంతయులేక తీర్తునే
నెవ్వి విధంబులన్గొనియు నేగతిజేతునటంచుయోచనన్
అవ్విభుడందుజేసి మరియాతడు నవ్వుచుజూచిపుత్రులన్ 225

ఉ॥ ఈపనిజేయగానగునె యెట్టులజేతును కష్టమంచునున్
అపనివిన్నమాత్రమున నయ్యదివీడిన భూమియందునన్
ఆపనివ్యర్థమైచనును హానియుచేకురు వెంట వెంటనే
చేపడుకార్యమున్విడువ చేకురునే శుభముల్ప్రమోదముల్. 226

చం॥ పురుషప్రయత్నమెంతయిన భూమినివీడక మానవుండునున్
నెరుపగబూనగావలయు నిష్ఠురకర్మ ఫలంబు దైవమున్
పురుష ప్రయత్నమున్కలసి పూర్తిగజేయుదు రద్ధిరెండిపై
వరుసగనిల్చియుండుటను పట్టియుజేతురు వీడకుండగా. 227

గీ॥ అమితశీఘ్రంబు కార్యంబు నగునునెట్లు
నట్లుతపమును జేసియు నమితత్వరగ
సఫలమగునట్లుజేతును సత్యమంచు
నశ్వతరుడిట్లు సుతులతో ననియునంత. 228

గీ॥ అంచునాగేంద్రుడలహిమ పంతుజేరి
యతడు ప్లక్షావతరణంబు నందునుండి
ఉగ్రతపమునుజేసెను నున్నతముగ
యందునిల్చియు మదియంతనట్టెనిల్పి. 229

మదాలసనుపునరుజ్జీవింపజేయ నశ్వతరుండు వాణీశర్వులఁగూర్చి తపంబుజేయుట

కం॥ నియతాహారియునౌచును
ప్రియతరమౌ స్తోత్రములను వీడక త్రివిధిన్
నియమముతప్పకవాణిని
స్వయముగనీవిధిని వేడెఫణిపతియంతన్. 230

కం॥ జగదాధారాశోభన
యగణితగుణి బ్రహ్మయోని యారాధింతున్
నిగమాధారయువాణిని
వగతొలగ నమస్కరింతు ప్రస్ఫుటభక్తిన్. 231

గీ॥ మోక్షరూపంబు బంధార్థమూనియుండి
గానుపించెడి సర్వంబు ఘనపదంబు
అగ్ని, నీవయితోచెడి మున్నుగాను
దేనినంటవు యోదేవి ధీరమతివి. 232

—(సరస్వతీ దండకము)—

దం॥ వాణీం, ద్విరేఫాళివేణీం లసద్భాసమాన
ప్రభాభాసమానాక్షరాకార ఓంకార రూపాం జగద్వ్యాపినీం
ధారుణిస్రేణువు ల్వహ్నియు న్నాక్షమందెట్లు వర్తిల్లునో
లోకముల్నీదు దేహంబునన్నిష్టమైయుండు
యోంకారబీజాక్షరాబద్ధమైయుండు
సర్వంబుసూత్రత్రయావిష్టమై నీతనూలగ్నమైయుండు
ముల్లోకము ల్మూడువేదంబులు న్నింక త్రేతాగ్నులు
న్చంద్రసూర్యాగ్ని తేజత్రయంబు ల్మూడువర్ణంబులు
న్ధర్మము ల్మూడు, సత్త్వస్తమో రాజసంబు
ల్మంద్రమధ్యాదితారస్వరంబు ల్కాలముల్మూడు
జాగ్రత్స్వప్నాద్యవస్థాదులు-న్పితృదేవాదులు

న్నాశ్రమంబు ల్దివారాత్రము ల్నీస్వరూపంబె
బ్రహ్మాంశసంఘాతమై భిన్నమార్గంబులన్నుండుగా
యర్థమాత్రాశ్రితంబౌచు భిన్నంబునై యక్షరంబౌచు
దివ్యంబుగా మార్పును న్లేకనే యాపరబ్రహ్మరూపంబునై
యొప్పు నీరూపమున్వేడగా శక్యమే జిహ్వచే యోష్ఠవక్త్రాది
స్థానాది సంజల్పితంబైన వర్ణంబులన్వేడగారానిదై
బ్రహ్మచంద్రార్క యింద్రాగ్ని సంసేవితంబైన
నీదివ్యరూపంబు విశ్వస్వరూపంబునై విశ్వసంవాసమై
సాంఖ్య వేదాది శాస్త్రంబుల న్నీశ్వరంబైన రూపంబుగా
నేకశాఖాస్థిరీబద్ధమై యాదిమధ్యాంత హీనంబునై
సత్తసాత్మకమై భిన్నమై యేకమై పెక్కురూపంబుల
న్వెల్గుచు న్నొకమై జీవజన్మాది భేదాశ్రితా సౌఖ్యమై
షడ్గుణాఖ్యంబుషట్కాఖ్య సంపత్తిచే యొప్పుచు న్భిన్న
భిన్నస్వరూపంబులన్తోచుచు న్నేకశక్త్యాత్మవై
నీవసౌఖ్యాసుఖస్వరూపంబవై యొప్పుయద్వైతరూపంబునౌ
బ్రహ్మమున్దేనిని న్పొంది ద్వైతంబుగాగన్పడు
న్నిష్కళంకంబునై నిత్యమై స్థూలసూక్ష్మాతి సూక్ష్మంబునై
భూమిపై వ్యోమ్నియందు న్మరేరీతుల న్నైనను
న్నేపదార్థంబు నీదివ్యరూపాశ్రితంబౌచునున్నుండు
సవ్యక్తవ్యక్తస్వరూపంబున న్భూతసంఘంబులు న్నేకమై
వెల్గెడి న్స్వర్గమర్త్యాది పాతాళ లోకంబుల న్దేవి
యాకాశమందు న్మరేదేశమందు న్నీవుగాకన్యమే లేదుగా
కావగారావె కళ్యాణి వాణీ గుణాబద్ధ గీర్వాణ నిర్మాణ
చాతుర్య ధీగ్రామణీ తుభ్యంనమో ఓంనమో తుభ్యంనమః233

గీ॥ అశ్వతరుడిట్లువేడంగ యాదివిష్ణు
జిహ్వయాడెడి వాణియు శీఘ్రమపుడె
నాగరాజేంద్రుమ్రోలను వేగజేరి
బల్కెనీరీతిముదమును బడయనతడు. 234

చం॥ వరమునువేడు కంబలపు భ్రాతవునీవును నాగరాజ నీ
కరుదయి నీమనంబునను నాడుచునుండెడి కోర్కెయెట్టిదో
సరగునజెప్పుమాయిపుడె చక్కగతప్పక యిత్తునంచునున్
ఉరగబలాధినాథుగని యుత్సుకతన్నటజెప్పె వాణియున్ 235

చం॥ అనవిని నాగరాజు మదియందలికోర్కెయు వాణికిట్లునున్
వినిచెను నాకు కంబలుని వీడకనుండెడిమిత్రుజేయుమా?
ఘనతరరాగసంపుటియు గ్రాలుచు మాముఖమందునుండగా
ఘనమగు జ్ఞానమున్నొసగు గ్రామణి వాణి గుణాఢ్ధి ధీమణీ 236

వ॥ అని వేద విద్యాశ్రయయినియగు వాణి
యారీతివ్రాక్రుచ్చె 237

సీ॥ సప్తస్వరంబులు-సప్తరాగంబులు
గ్రామముల్కీర్తన గ్రాలుచుండు
తానముల్మూర్ఛన త్తగుపైనయట్టుల
గ్రామత్రయంబులు రమ్యమైన
గీతంబులన్నియు వీతోసమంబుగ
కంబలునకుగూడ కల్గియుండు
సప్తతాళంబులు చక్కనిగతులను
లయలుమూడును నాల్గుకాలములును.

గీ॥ విడకనన్నను సేవించి గడగితిందు
సకలసంగీతశాస్త్రము ల్చక్కనొసగి
విన్ననుగ్రహించితిగాన నీకునన్ని
కరతలామలకంబగు నురగనాథ. 238

కం॥ పాతాళంబునభూమిని
నీతోసమమైనవారు నెనయరువిద్యా
చాతురుగారవమొప్పగ
ఖ్యాతినొ్నగూడు మీకు నతిశయమొప్పన్. 239

ఆ, వె॥ సకలజిహ్వారూపి యకలంకవాణియు
నిట్లువరములిచ్చి యిందువక్త్రి
కానుపించకుండ కనుమరుగయ్యెను
నురగపతియుతృప్తి నొందియంత. 240

కం॥ పదతాళస్వరతానము
మదియంతయునిండియుండ మాన్యులువారున్
ముదితులు నగుచును సోదరు
లుదితంబైనట్టి జ్ఞానముద్ధతినుండన్. 241

కం॥ ఇరువురుకైలాసంబున
స్మరదహనుని శర్వుజేరి చక్కనిభక్తిన్
వరమగుసప్తస్వరముల
కరములవీణెలనుబూని క్రమముదలిర్పన్. 242

గీ॥ ఉభయసంధ్యల మధ్యాహ్న ముత్యుకతను
నిశిని యుదయంబు వీడక నిశ్చయంబు
భక్తిగొలువంగ తలచిరి భస్మభూషు
నాగభూషణు నీశ్వరు నాగపతులు. 243

(ఈశ్వరుడు నశ్వతరుని భక్తికిమెచ్చివరంబులిచ్చుట)

ఉ॥ కాలముదొర్లిపోవ నటుకాలగళుండును వారు ప్రార్థనల్
మేలుగజేయ తామదిని మెచ్చియు మీరలుఁగీతనృత్తముల్
చాలగజేయ తృప్తినిట చక్కఁగనందితి మీదుకోర్కెలన్
ఏలనుజాప్యమున్గొనగ యింతయుజెప్పుడటంచుపల్కెనన్ 244

కం॥ శితికంఠు నుమాపతిగని
నతిజేసిరి సోదురులు వినమ్రతభక్తిన్
మతియందులగలదానిని
గతినీవేతీర్పనంచు గ్రక్కునవారల్ 245

గీ॥ దేవ దేవ త్రిలోచన దివ్యరూప
యోమహాదేవ ప్రీతియు నుండెనేని
నాదుకోర్కెయు తీర్పుము నీదుపదము
మించిసేవింతు శివ పరమేశ యీశ. 246

గీ॥ కువలయాశ్వుని యర్థాంగి కూర్మిపత్ని
యామదాలస మరణించె యామెనాదు
దుహితగాజేయు నామెయు మహినివీడి
పోవునప్పటిరూపంబు పోకయుండ 247

గీ॥ నీయనుగ్రహమెంతయో నిండియుండ
పూర్వస్మృతిగల్గి క్షాంతియు పొందియుండ
ఓర్మిగల్గియు నామెయు యోగమాత
గాగవర్తిల్లునట్లుగ గలుగజేయు, 248

వ॥ అని పల్కినశివుండు 249

చం॥ ఉరగధరాధినాథ మదియుండినకోర్కెయు సుంతపోకనున్
వరలెడు మత్ప్రసాదమున భవ్యము నైనది కార్యమీవునున్
జరిపెడిశ్రాద్ధమందునను చాన మదాలసనుంచిబుద్ధినిన్
వరలెడిమధ్యపిండము శుభంబని భక్షణజేయుమీవునున్ 250

ఉ॥ నీవటుపిండభక్షణము నిక్కముజేయ ఫణంపు మధ్యమం
దీవెటు గోరియుంటివౌ మనీష మదాలస పూర్వరూపిగా
అవనితాశిరోమణియు నట్టైజనించెడు నీకునింకనున్
భావిసుఖప్రదంబుగను ప్రస్ఫుటమయ్యెడునంచుబల్కినన్ 251

మ॥ అనిశర్వుండన సోదరుల్నిపుని పాదంబుల్మదిన్నిల్పియున్
ఘనమౌదండములెన్నొ వెట్టియును నిక్కంబైనభక్తిస్త్వరన్
మనమానందమునంద వేగిరము నమ్మాన్యుల్గనన్పట్టణం
బునుజేరంజని యందుశర్వుడెటులన్పూరించె నబ్భంగినిన్ 252

గీ॥ ఈశ్వరాదేశమేవిధి నెగడుచుండె
పితృతర్పణమారీతి వేగజేసి
మధ్యపిండంబుభుజియించె [illegible]న్ననగాని
తనదుకోర్కెయుతీరంగఫణిపతియును. 253

గీ॥ మధ్యపిండంబుభుజియింప మహితరీతి
మధ్యమఫణంబునుండి తామహిని ముందు
రూపమేరీతియుండెనో యాపగిదిని
నూర్పునందునజనియించె నువిదవేగ. 254

కం॥ తచకున్గల్గెమదాలస
యనిలోకులు నెవ్వరెరుగరాకనునామెన్
పనికత్తెలనియమించియు
పనివడిగాపాడుచుండె ఫణిపతియంతన్. 255

గీ॥ ప్రతిదినంబును భవ్యంపు రాజునైన
కువలయాశ్వునితోగూడి కూర్మిమిగుల
ఉరగనాధునిపుత్రులు ధరణియందె
కాలమంతయు గడుపుచు చాలనుండ 256

చం॥ సుతులనుగాంచి నాగపతి శుభ్రమునొచిరునవ్వనవ్వుచున్
మతి ధరణీశపుత్రునకు మన్నన మిత్రునియాధిమాన్పగా
మతినిడి మార్గమెందయిన మానకగాంచితిరేయటంచునా
పతి సుతులన్గనుంగొనియు జిల్కెనునింకనునిట్టులాతడున్ 257

మ॥ ఉపకారంబిది రాజపుత్రునకు నత్యున్నత్వమున్గూర్పగా
అపుడేవావిని నాసమీపమునకు న్నత్యాదరంబొప్పగా
కృపతోగూడినవావితెందనుచు ప్రార్థించ్చంగ మీరింతకున్
పరాట్పూతిని వెంటదోడ్కొనియురానేరారు నూహింపలేన్ 258

గీ॥ తండ్రిమాటలవినియును తనయులపుడు
కువలయాశ్వునిజేరియు కూర్మిమించ
ధీయుతుండగువానితో దివ్యమైన
కథలసంభాషణంబుల వదలకూని. 259

ఉరగపతి పుత్రులు ఋతుధ్వజుని పాతాళంబున కాహ్వానించుట

కం॥ ధరణీనేతవునీవును
వరమగుస్నేహంబుమనకు వర్ధిల్లుటచే
ఉరగాధీశునియానతి
సరగుననినుపిలచితిమిట సజ్జనవర్యా. 260

చం॥ అనవినిరాజపుత్రుడును నయ్యలుమీరిటులాడనేల నా
మనవిని వీనులన్వినుడు మన్ననవాదగు గేహమిందునన్
మనియెడువస్తుజాతములు మా ఁకమీయవిగాన నింకనున్
మనకు విభేదమెక్కడిది మాయదిమీయది యంచు వేరుగా 261

గీ॥ ప్రీతినాయందుమీకున్న విడువకుండ
నిందునుండెడి ధనధాన్యమంతమీరు
కోరినట్లుగ యర్థిగోర్కెదీర
నిండటంచునుబల్కెను నృపసుతుండు. 262

గీ॥ దుష్టవిధి నన్నువంచించె యిష్టులైన
సఖులుమీరలా నాయందు చాలనుండు
నాదరంబది నాగృహమందుగూడ
పూనియుండుడు నన్నియు పూర్తిమీవె. 263

కం॥ నాదగుకోర్కెయు పూర్తిగ
కాదనకను చేయిదలచు ఘనులునుమీరున్
మీదునను(గహమున్నను
నాదుధనారామములును సన్నియు మీవే. 264

ఉ॥ మీయవియన్ననాయవియె మిన్నగునాయవియన్న మీవియే
చేయగవేరులేదునిట జెప్పెద మీరు నెరుంగుడిద్ది నా
ధ్యేయము మిత్రుడంచనగ తిన్నగజెప్పెదయెట్టివాడనన్
కాయమునుండివెల్వడి ప్రకాశమునుండెడి ప్రాణమేగదా 265

ఆ. వె॥ హృదయమందుమాట నిదెచెప్పుచుంటిని
ప్రీతినాదుపైని విడువకుండు
వారు మీరటంచు వదలకనుండుడు
కోరు కోర్కె నాకువేరులేదు. 266

ఆ. వె॥ నాగరాజసుతులు వేగమప్రీతిచే
గల్గి కోపమూను గతినియుండు
రాజసుతునిగాంచి క్రమమునసీరీతి
పల్కిరిట్లువారువదలకుండ. 267

గీ॥ ఓఋతుధ్వజ నీమదియున్నదంత
శంకలేదింత మామదిచక్కనస్లై
ఉన్నదంతయు మాయది యన్నినీవె
నీదియంతయుమాయదే నేలశంక 268

ఉ॥ కారణమింతతెల్పెదము కాదనబోకుము నిన్నుజూడగా
కోరికగల్గెనంచు నినుగూడియువచ్చెదిమమ్ముజూడగా
కోరిను మారుతండ్రియని కూరిమినాగసుతుల్ ఋతుధ్వజున్
జేరియు చెప్పిరిద్దియని చిత్తమునందలిదంతవారునున్. 269

మ॥ అనివారాడినమాటవించు నమితోత్సాహంబున న్నాసనం
బును వేవీడియు తండ్రిగారిమదినిన్నొల్వారు నీకోర్కెనున్
గొనకేరీతి తిరస్కరింతు ననుచు న్గూడంగ సంతోషమున్
ఘనుడౌనాగకులేశ్వరు న్తలచి తాగావించిసాష్టాంగమున్. 270

మ॥ ఘనుడాయశ్వతరుండునన్గనగ తాగాంచిన న్నేనహో
మునుయెంతంతటి పుణ్యకార్యములతో మున్గుంటినో నాసముం
డును లేడెందును లెందులెందికను నేడున్వేగమేనేగియున్
గనగానౌను క్షణంబునేనిచట నిక్కంబుండగాలేనికన్. 271

ఆ॥ వె॥ తండ్రిదైవయాజ్ఞ తలదాల్చినేనును
నతనిపాదమాన యడుగుదాటి
ఇదెప్రతిజ్ఞ నేనునిందులజేసితి
వీడనేను వేగవీడలేను. 272

గీ॥ అనగ నాగేంద్రసుతులును నంటియుండ
నృపసుతుండును గౌతమిన్నపుడెజేర
పురిని వెలువడి సంతోషపూర్ణుడగుచు
వేగబోయెను మార్గంబు ·వీడకుండ. 273

గీ॥ రాకుమారుడు నాగేంద్ర రాకుమారు
లిర్వురానది మధ్యంబునిట్టైజేర
వారిగృహమది యాపైన వరలునంచు
తలచుచుండెను తనమదిధరణిసేత 27

చం॥ నృపసుతువెంటగొంచు మదినిగ్గొనితోషమునాగరాట్సుతుల్
అపుడె జలంబులన్మునిగి యక్కజమందరపాతలంబునన్
నృపసుతుతోడజేరగ ఫణిస్థిత రత్నమయూఖకాంతులన్
రెపరెవలాడగాంచె మరి రేడునుస్వస్తికలక్షణంబులన్. 275

వ॥ అట్లుసురూపాంగంబుల గల నాగరాజకుమారులంగాంచి
సాధుసాధ్వితినినాదంబుల చిరునవ్వునవ్వుచు
నతిప్రేమంబున వారలంజూచె. 276.

—(ఋతుధ్వజుని పాతాళంబున జేర్చుట)—

ఉరగాధీశుడు శాంతుడు
సురమానితుడశ్వతరుడు శోభనుడతడున్
ధరణీధవ పితరుండగు
నెరుగుముమాదైనచరిత మింతయునీవున్. 277

రమణీయంబై వెల్గుచు
సుమనోహరమౌచు మణిసుశోభితమగుచున్
రమణుల్తరుణులు వృద్ధులు
సుమశోభలగూడియుండ చక్కనిదానిన్. 278

ఉ॥ అటజనిగాంచెభూమిపతి హారమణీఘృణ పుంజభూషితా
కటతటలై మనోహర ప్రగాఢ మహోడు గణప్రశస్తరే
ఖటు గగనంబునన్వెలుగు నింతులునాగకుమారికాతతుల్
అటనట నృత్యమాడగ స్వరానుగతిన్వెలుగొందుచుండగా 279

గీ॥ ఘనమృదంగపణవ గీతికారవంబు
తదనుకరణంబుజేయుచు వదలకుండ
నుండు నాగకన్యలగూడు సుత్తమంపు
నాఁడసాతలమంతట నతడుగనియె. 280

చం॥ ఉరగసుతానువర్తియయి యున్నతుడాధరణీశ పుత్రుడున్
త్వరితము నాగరాజ గృహవర్యముజొచ్చియు నందుగాంచె భా
సురమణిభూషణాంచితుని శుభ్రసుమస్రజ వస్త్రధారునిన్
గురుతరహారశోభితుని కోమలదేహుని దివ్యరూపునిన్. 281

గీ॥ అలఘు వైడూర్య విద్రుమ జాలములతొ
తప్తకాంచన మయమౌచు తరణివోలె
వెల్గు స్వర్ణాసనంబున వినుతకీర్తి
యధివసించియు నుండంగ నతడుగనియె. 282

కం॥ జనకునిగాంచియువారలు
ఘనముగసాష్టాంగమెరిగి ఘనడగువానిన్
మునునిడి చూపుచు నీతడె
ఘనుడు బుతుధ్వజుడటంచు గ్రన్ననబల్కెన్. 283

గీ|| పేరుజెప్పియు ధరణిపై వీరుడతడు
సురగనాధునిపాదము ల్కరముమ్రొక్క
ఆసనంబునువీడియు నతడువేగ
కౌగలించెను గాఢము గానుప్రీతి. 284

కం|| శిరమును మూర్కొని వేగమ
ధరణిని దీర్ఘాయువూని తనుపుచుతండ్రిన్
అరులను జీల్చుచు శుభములు
దరియగనీవుండుమంచు తద్దయునిచ్చెన్. 285

చం|| కనులను జూడకున్న వినగాబడె నీగుణజాలమెంతయో
ఘనుడవు నీపరోక్షమున గ్రాలెడునీఘనశౌర్యకృత్యమున్
వినిచిరి నాకుమారులును వీడకసుంతయు నెన్నియెన్నియో
అనుచును పితృవత్సలత నాడియు నాయురగేశు డింకనున్ 286

గుణహీనుండిల జీవముల్గొనిన నక్రూరుండు జీవచ్ఛవం
బనగాపేర్గొనజాలు గాకిల మనోవాక్కాయకృత్యంబులన్
గొనుచున్కీర్తిని భూమివర్ధిలుచు లోకుల్యెన్నియోరీతులన్
గొని కీర్తింపగజాలువాని ధరణిన్గాడున్నదాకీర్తులున్. 287

గుణియు తండ్రికి సుఖమును గూర్చుచుండు
నరులగుండెలజ్వరమును నెరపుచుండు
గురులనమ్రయుచరియించుగూర్మితోడ
యాత్మహితమునుగోరుచు నవనినెపుడు. 288

గీ॥ సురలు విప్రులు పితరులు జూచు మిత్ర
వరులు బంధులు నర్థులు ధరణిలోన
గుణి చిరంజీవిగానుండ గోరుచుంద్రు
ధర్మపరునెడ ప్రీతినిదవిలివారు. 289

కం॥ కలహాముగోరక దీనుల
వలనన్దయుజూవువాని బాధలతోడన్
గలగిన యార్తులబ్రోచెడి
యలఘుని జన్మంబుధన్య మైయలరారున్. 290

ఆ॥ వె॥ అనుచు గునలయాశ్వ గొనియాడియెంతయో
సుతులజూచిపల్కె పతియుత్వరగ
మనసునందువాని ఘనమైనపూజల
చేయతలచి దాని జెప్పనెంచి. 291

గీ॥ స్నానపానాదికృత్యము ల్చక్కగూర్చి
మధుసహితభోజనంబును విధిగగూర్చి
మనసునందునగలవాని మహిపతిసుతు
గౌనగగూర్చెను నహిపతి గూర్మితోడ. 292

వ॥ తదనంతరంబ మహాత్ముండును నురగాధీశుండునునగు
నశ్వతరుని నాగకుమారులును
కృతాహారుండైననారాజకుమారుండును పూజించిరి. 293

కం॥ మనమదిసంతసమందగ
ఘనమౌచరితంబులెన్నొ ఘనునకుజెప్పెన్
అనియెను మరలనుకోరిక
లొనగూడెడిమార్గమూని యున్నతగతినిన్. 294

చం॥ తనయునివోలునీవు మదిదాచకయేమియు నున్నదంతయున్
మనమునశంకవోవిడచి మాన్యుడ జెప్పుము నీవుమాకునున్
గనదగువాడవై యతిధిగా నిటవచ్చితి వందుచేతనే
మనమునసున్నదానిగని మానకచేతును పూర్తిగాగనే. 295

కం॥ ధనమో స్వర్ణమొ ధాన్యమొ
ఘనవాహనవస్త్రతతియొ కావలెననినన్
గొనదగు నీవునుగోరిన
మనమదిసంతృప్తినంద మమతలుపెరుగన్. 296

చం॥ అనవినిరాజపుత్రుడును నయ్యనిలాశననేతతోడుతన్
ఘనతరత్వత్ప్రసాదమున గల్గె సువర్ణమయంపుగేహమున్
ఘనుడగుతండ్రియున్గలడు గావుననాకును నట్టివానినిన్
గొనదగుకార్యమున్నెపుడు గూడదటంచునుబల్కి వెండియున్ 297

గీ॥ తండ్రిపాలించుచున్నాడు ధరణినన్ను
వర్షశతములు ధర్మంబు వదలకుండ
ఈరసాతలమేరీతి నిందుబ్రోచు
చుంటి వో యట్టులేతండ్రి జూచుచుండె. 298

గీ॥ ఎవనిజనకుండు జీవించియిలనునుండు
భాగ్యజీవియు పుణ్యుండు వాడె ధనము
తృణసమానముగాగల్గి ధనముకోట్లు
గల్గి యౌవనమెంతయు గల్గియుండ. 299

కం॥ తగువైనమిత్రులుండియు
జగమునయారోగ్యమూని జరిగెడువారల్
అగణితపుణ్యఫలార్థము
నొగిబూనిన ధన్యులంద్రుసుత్తములెందున్. 300

వ॥ మఱియుధనంబునితరులొసంగిన సంప్రాప్తంబగు
యౌవనంబట్టిదిగానేరదుకదా? 301

చం॥ ధనమదిలేకయున్న మరితప్పుదుయాచనవుచ్చుకొంటయున్
ధనమిలపుష్కలంబుగను తత్ఫలమెల్లను కొల్లకొల్లగా
అనుభవమూనునేనునెటు యాచనచేతును దీనభావమును
గొనియు మదీయనాల్కయెటుగూడునునట్టిదిగోరయెన్నడేన్ 302

గీ॥ పితృబాహుతరుచ్ఛాయ విశ్రమించి
గృహమునందలిబాధలు గొనకసుంత
నుండువానిని సుఖశాలి యంద్రుభునిని
మఱియుపుణ్యాత్ముడతడెగా మహినియెపుడు. 303

చం॥ ఎవనికి బాల్యకాలమున యేర్పడు పితృవిహీనదుస్థితుల్
ఎవనిమనంబు తండ్రిగొనియిచ్చుసుఖానుభవంబునొందదో
అవనిని యాజనుండె విధియబ్బురమందెదునట్లు వంచనన్
సువిదివిమైతనర్చెనని చొప్పడనేనుదలంతు నామదిన్. 304

ఉ॥ సుంతకొరంతలేక పితజూపు యనుగ్రహమూని నేనునున్
ఇంతనలేని ధాన్య ధనమే యిల యర్థులకోర్కెలెన్నియో
ఇంతయులేక పూర్తిగను నిచ్చియు తీర్చెదుశక్తి స్వేచ్ఛనన్
అంతయునొందినాడగద యందుకొరంతయునేమిలేకనే. 305

ఉ॥ నాదుశిరోవిభూషణ ఘనామయ రత్నమయూఖకాంతులున్
ఏదిశజేరకుండ మహనీయ త్వదంఘ్రులజేరిన్పర్శనున్
తాదవులన్పునీతమయె దాసనునీవిటజెప్పదానినిన్
ఏదియుపోక నేగొనినదేయిక వేరుగయిచ్చుటెందుకో. 306

ఆ॥ వె॥ అతివినమ్రమతిని యారాజపుత్రుండు
వలుకనంతవినియు ఫణిపతియును
తనదుసుతులునొందు ఘనమగునుపకార
మద్దితలచిప్రీతి యనియెనిట్లు. 307

మ॥ ధరణీనేతసుపుత్ర? నీవువినుమా? ధర్మార్థసంపూర్ణమై
వరలెన్నీదగుపల్కులన్ని ధనమున్స్వర్ణంబు రత్నాళియున్
కరమున్నీవుగ్రహింపకున్న మరినీ కాంక్షార్థమెబ్బంగిదో
వరలున్గాదె మనంబునందు నదియేర్వాక్రుచ్చుమా తీర్చెదన్.308

గీ॥ త్వత్ప్రసాదంబుగలుగంగ ధరణిలోన
కొరతగల్గునె గృహమందుకొరతలేదు
మీదుమిక్కిలిజేకురె నీదుదర్శ
నంబునింకేమికొరతయు నందగలదు. 309

మ॥ కృతకృత్యుండనునైతినేను భువినిన్గూడెన్నిటన్దుర్లభం
బతులంబౌ భవదంగస్పర్శ మనుజుండన్నేను నీదర్శనం
బతిగా నేఘనపుణ్యధర్మములచేసత్యంబందగాగంటినిన్
సతతంబుస్మృతిపై భవంబులను మజ్ఞారేగనుంగొంటినిన్. 310

కం॥ నీపాదధూళిశిరమున
తాపడసినబొందరాని ధర్మములున్నే
ఓపవనాశననాయక
నీపదమానన్నికేమినేరనుకోరన్, 311

కం॥ వరమునునీయగకోరిన
యురగాధిప నామనంబు నున్నతమగునా
వరధర్మంబులవీడక
చరియించెడినట్టి వరము చక్కగనిమ్మా. 312

ఉ॥ చారుసువర్ణరత్నమణి సారగృహాధికవాహనంబులున్
భూరిగృహంబులున్మఱియు పుత్రులు నాలలనానులేపముల్
సారసమేత భోగములు చక్కనివాద్యములాది గీతముల్
మీరినపుణ్యవృక్షఫలమేయని నామదినెంచువాడనున్. 313

కం॥ నరుడునుపుణ్యఫలంబులు
వరలెడునావృక్షమూల భాగమునందుఁ
సరగునజలములతడిపిన
వరపుణ్యాత్మునకు దుర్లభంబదియున్నే. 314

మ॥ ఉరగశ్రేష్ఠుడు రాకుమారుగనియు న్నుత్సాహమున్బూనియున్
ధరణిన్నీదుమతంబు ధర్మయుతమై తద్భావసంయుక్తమై
వరలు న్భోగములందు పుణ్యముల నీభావంబు శుద్ధంబునై
మరియు న్నీకును లభ్యమై మనుటయు న్మాన్యుండ సత్యంబునౌ 315

చం॥ అనఘ మదీయగేహమున కత్యధికంబగు ప్రీతితోడుతన్
గొనుచుచు వచ్చియుంటిమిట కోరికతీరక మర్త్యలోకమం
దనయము శల్యమై మదికహర్నిశముల్వ్యథగూర్చుదానినిన్
మనసిడి నేతొలంగనిక మాన్యుడగూర్తును నీకునంచనన్ 316

ఆ॥ వె॥ ఉరగనాధుడిట్లు నుచ్చరింపగవిని
కువలయాశ్వుడంత కూడనుండు
నాగసుతులమోము తాగనెయింకను
తనదుకోర్కె తెలుపతగునటంచు. 317

కం॥ వారలు రాసుతు మదినటు
జేరినకోర్కెన్గ్రహించి శీఘ్రమతంద్రిన్
చేరియుస్పష్టంబుగనటు
కోరెడు కోర్కెన్విడకను గూర్చిరియంతన్. 318

కం॥ బద్ధానురాగసువ్రత
శుద్ధయునౌ ధర్మపత్ని చోరుడునౌచున్
ఇద్ధరదమజుండొక్కడ
బద్ధపుమ్మృతిగూడె నంచు పలుకగవినియున్. 319

గీ|| మరిమదాలసపేరిట వరలుచుండు
కువలయాశ్వునిభార్యయు క్రూరుమాట
సమ్మిప్రాణంబువీడెను నమ్మృగుదయు
నంచుతండ్రితోజెప్పిరి యాత్మజులును. 320

మ|| సతిపై ప్రేమయుమించగా ప్రతినతాసల్పెన్ప్రశస్తంబుగా
సతినిన్వీడితినేధరిత్రి యికయేచానన్గొనన్బోవ నే
మృతినిన్బొందెదుదాకనంచు వ్రతమున్మేల్గూడె తానంతగా
కృతకృత్యుండయి నుండె తానితరమింకేరీతి కోర్కెన్గొనున్ 321

గీ|| చారుసర్వాంగి భార్యను వీరుడితడు
గోరుచున్నాడు నామెనుగూర్చెదేని
అదియెనుపకారమౌచును నలరజేయు
వేరుమార్గంబులేదిక వినుతకీర్తి. 322

చం|| అనవినినాగరాజు నిటులాడెను భూతములున్వియోగమున్
గొననిట గూర్చగానెటుల గూడును బోయినవారిజూడగా
ఘనమగుశాంబరీమహిమగావలె నింకనుస్వప్నమందునన్
గననగు వేరుమార్గమెటు గాంచగనౌనిక ప్రాణికోటికిన్ 323

గీ|| భుజగనాథునిజేరియు పుడమిభర్త
ప్రేమలజ్జాయుతుండయి విధియుతంపు
దండమర్పించి నీరీతి తప్పకుండ
జెప్పెమదిలోనవీడక జేరుదాని. 324

కం॥ మాయాజాలముచేతనొ
జాయనుగనుపింపజేయ జాలునుతండ్రీ
నీయగణిత మహిమాయుత
ధీయుక్తము నేదియైన తెలియగనౌనే. 325

వ॥ అనిరాజపుత్రుండగుకువలయాశ్వుండునుడువ
నాగరాజిట్లనియె. 326

కం॥ నీవును నతిథివి యౌటను
నేవిధిబాలుడవునైన నెక్కువగానన్
ద్రోవై యుండెడి గౌరవ
మీవుమదాలసనుగాంచ యెందుకువేరౌ. 327

చం॥ ఫణిపతి గేహమందునను భద్రముగాసతినుంచియుంటచే
అనఘుడు నామదాలసను నట్టిగృహంబును వీడజేసియున్
ఘనుడగు రాజపుత్రునకు గల్గప్రమోదము వానికోర్కెయున్
ఘనముగపూర్తిగాగనట గన్పడజేసెమ నాగరాజునున్. 328

కం॥ వారలుమోహమునందగ
జేరినసతిజూపి యిట్లుశీఘ్రమపలికెన్
నారీమణినీసతియే
చేరియునటుజూచి జెపుమ చెదరకమఱియున్. 329

ఆ॥వె॥ సతినిగాంచినంత చయ్యనలజ్జను
వీడిభార్యకెదురు వేగనిలచి
కనులుకరువుదీర గాంచెనురాసుతు
డతివ భార్యగరిమ నతడువిడక 330

వ॥ అట్లుగాంచి యత్యంత విరహానలవేపమానుండునై
కువలయాశ్వుండు. 331

సీ॥ హేప్రియయంచును నెంతయో మోహంబు
నొందియు నెదురుగా యున్నయతని
గాంచియు ఫణిపతి కరముననతనిని
యడ్డగించియు నిట్లు నతడువల్కె
పుత్రస్పర్శింపగా బోలదునీవును
నీదుస్పర్శయుసుంత జెందెనేని
శాంభవీమాయచే జనియించెగావున
సుంతకనబడక యింతిబోవు.

ఆ॥ వె॥ అనుచు నశ్వతరుడు నాడంగరాసుతు
డద్దివినియుశోక మధికమగుడు
మూర్ఛనొందిబడియె భూమిపైయాతగు
దుఃఖభారమూని దోర్బలుండు. 332

ఉ॥ ఎంతటిభ్రాంతియోయహహయింతియుశాంభరిమాయయంచునున్
అంతనెఱింగి సుంతయిన నాత్మనునమ్మకమూనజాలకన్
భ్రాంతినిజెందుచుంటికద భామినినాదని నేనటంచునున్
భ్రాంతిబలంబుదాటగను రాదుగ నెంతటివానికేనియున్. 333

గీ॥ పంచభూతాత్మకంబునౌ వపువువడసి
మిధ్యయంచని మాయతో విశితమనుచు
శస్త్రమేయక బడద్రోసె చక్కనకట
వైపరీత్యంబుగాదాకో వనితవిధము. 334

మ॥ అనియీరీతగశోకమందునృపుని న్నవ్వాయుభక్షేశుడున్
గని శోకంబికనందగావలదు చక్కన్నీకు నేసర్వమున్
వినిపింతున్నని సర్వకార్యమును నవ్వీరుండు నిశ్శోకుడై
మనగాజెప్పెను నాగరాజు నటనమ్మాన్యుండు మోదించియున్ 335

చం॥ సతినటు బొంది మోదమును జాలగబూని ఫణీశుపాదముల్
మతినిడి సాగ్రమొక్కి కడుమక్కువస్తోత్రమొనర్చి యశ్వమున్
సతివెనువెంటనెక్కగ విశాలపథంబుననేగి పట్టణం
బతిముదమంద జేరగను నాతడుబోయెను తోషస్వాంతుడై. 336

చం॥ ఘనచరితంబు భక్తిమతి గాంచియు మానవుడెవ్వడైననున్
వినినను వేదఘోష భవి విస్తృత పుణ్యమునెట్టిదానినిన్
గొను నటువంటిపుణ్యమును గూడెడులోకమునందు వారికిన్
గననెటు దుర్లభంబయిన కార్యములుండవు నిక్కమెందునన్ 337

చం॥ పురమునుజొచ్చి తండ్రిగని పుణ్యుడు నశ్వతరుండునేగతిన్
తరుణి మదాలసన్నుతగ తానుమునందెనొయట్టిదానినిన్
కొరవడకుండ సర్వమును గూర్చియుజెప్పె ఋతుధ్వజుండున్
వరలముదంబు వారలకు భామినిపుట్టుకగూర్చి యంతయున్ 338

గీ॥ అమదాలస భక్తితో నందునుండు
నత్తమామలకును దండమామె వేగ
జేసి పూజించి స్వజనుల చిత్తమలర
వారివారికితగునట్లు పనులువేరపి. 339

కం॥ పురమునజనులందరుమది
వరలముదంబదియుగూడి వారును నెంతో
వరదర్పంబుల నుత్సవ
మురవడిగొనిజేసిరందు నుత్సాహమునన్. 340

చం॥ పులినతటంబులందునను పుణ్యసరోవరతీరమందునన్
మలినముగాని శైలశిఖరంబుల నిర్ఝరకాననంబులన్
లలననుగూడి రాజు విపులంబుగ మన్మథక్రీడలాడుచున్
కులసతితోడ తృప్తిగని గూడెను వాంఛలునెల్లతీరగన్. 341

ఆ॥ వె॥ పతియుశత్రుజిత్తు వసుధనునేలియు
ధర్మమూని యతడు ధరణినంత
వీడి స్వర్గపురము గూడగబోయెను
పుణ్యవరుడుగొనగ పుణ్యఫలము. 342

ఆ॥ వె॥ పౌరులమ్మహాత్ము బొందియురాజుగ
పట్టమట్టిగట్టె భాగ్యమనుచు
కువలయాశ్వు తిరుగ గూర్చిరియభిషేక
మందుజేసి ముదమునందుగొనిరి. 343

గీ॥ కన్నబిడ్డలవోలెను నున్నప్రజల
నేలు నాఋతుధ్వజునకు మేలుగల్గ
అలమదాలసయందునగలిగె ప్రథమ
పుత్రజననంబు ముదమును బొందవారు. 344

మ॥ తనయుస్గాంచియుతండ్రి వానిగుణసత్త్వాద్యంగసౌజన్యమున్
గని భృత్యుల్మరిబంధుగుల్నెరుగ విక్రాంతుండనన్బిల్వగా
విని సంతోషమునొందిరందులను నాపేర్విన్న నాతల్లియుఙా
గొనకన్తోషము నవ్వేయామెమదిలో గూడంగ నిర్వేదమున్ 345

కం॥ తనయునియూయయల వైచియు
గొనరోదనమతడు నామె కొడుకునునేర్పున్
గొనకనునుండెడు నట్టుల
గొనినెపమును జోలపాట గూర్చియుపాడెఙా. 346

సీ॥ పరిశుద్ధుడవునౌచు మరిపరబ్రహ్మవై
రూపరహితుడవై స్వప్రకాశ
మూనిననీకును నున్నతమని పేరు
తగిలించె క్రొత్తగా తనువునకును
పంచభూతాత్మకంబైననీదేహంబు
శాశ్వతమేనీకు చక్కనెరుగు
తనువునకునునీకు దగులదుసంబంధ
మిట్టియెడలనేడ్వ నేమిసెరుగ.

గీ॥ శుద్ధరూపంబుగొని పరిశుద్ధుడవయి
పంచభూతమయంబైన పసవిహీన
విషయగుణముల తగిలియు వివశుడవయు
దుఃఖమూనంగనీకేల తోరముగను. 347

మ॥ పరిశుద్ధంబగు రూపివై తనరుచు న్పంచాఖ్యభూతాత్మలున్
జొరగా దేహమునొంది వాసనల నీశుద్ధత్వమున్బాసి సం
కరమై పెక్కుగుణార్థము ల్గుణములు న్కల్పించు నీమాయతో
ధరసంబంధము నీకులేదుగద పొందన్నేలయీ దుఃఖమున్. 348

గీ॥ భూతజాలములన్నియు భూతములచె
వృద్ధినందెడు తనువును వీడకుండ
అన్నపానాది సేవనమందిదాన
వృద్ధిగొనుజూడు నాత్మకునద్దిలేదు, 349

చం॥ తనవునకంచుకంబునెటు తాశిథిలంబునునైన దేహమున్
గొనదెటు సుంతబాధ నటుగూడదునాత్మయు దేహమెప్పుడున్
గొనినను నాశమున్గొనదు గూడదుదుఃఖమునీవు దేహమున్
గనియును మోహపాశముల గట్టడిగాకిటనుండు శుద్ధివై 350

వ॥ మరియు శుభాశుభ కర్మసంయుక్తంబై మదమాత్సర్యాది
మూఢజన వేష్టితంబైన శరీరనామదేహంబు
సంప్రాప్తంబయ్యె. 351

చం॥ తనయుడటంచుకొంతవడి తల్లియటంచును కొంతదవ్వునున్
ఘనుడనటంచు కొంతకును కొంతుడనేనని కొంతవట్టున్
అనితరమాయజాలమున నాదని వీడకసుంత నుర్వరన్
మనుజు లనేకరీతులను మానక నేడ్చుచునుందురిట్టులన్. 352

గీ॥ భోగలాలసులౌచును బొందివాని
మాయజాలంబుచేత నమేయశక్తి
కట్టువడి వానిసుఖములగా తలంచి
శోకమూనుచునున్నారు చూడలేక. 353

కం॥ పండితులెందున సుఖముల
మెండౌనజ్ఞానమని యు మేల్కనివానిన్
కొండిక బొందకదుఃఖము
లుండెడునని వీడుచుంద్రు నున్నతులగుచున్. 354

ఉ॥ హాసవిలాసభూషితము నస్థిసముత్థితపంజరంబును—
భాసవిలోల లోలవర భావవికత్థిత నేత్రయుగ్మమున్
ధూసరముజ్జ్వలత్ప్రబల దుఃఖమలీమస దేహకాంతి యు
ల్లాసకుచాభరంబు ప్రవిలంబితముల్నగునారకంబునై. 355

ఉ॥ యానము భూమియందుగలదా ఘనవాహనమందుదేహమున్
పూనిక నెక్కియుండె మరి పొందెడి పూరుషదేహముర్విని‌న్
దానను దేహమందుగలదా యభిమానము సుంతయైననున్
పూనగరాదు నద్దిమరి పూర్తిగ మూఢగుణంబు గాదొకో. 356

గీ॥ విడువ ధర్మమ ధర్మము విడువుసూన్ృ
తంబనృతముట్టివానిని తానువిడువ
గల్గుఫలమును నేరీతి కడకుద్రోచి
తల్లై యాఫలంబునుగూడయంటకుండు. 357

గీ॥ ఆమదాలస యీరీతి యనుగుపుత్రు
వృద్ధిపొందెడువేళ సమృద్ధిగాను
జోలనెపమున నిర్మలజ్యోతినెదను
పాదుకొనజేసె విడువక పదిలముగను. 358

కం॥ తనయుని నీగతిబోధల
గొనజేసిన వినియుసుతుడు గోరకతరుణిన్
గొనియెతపోవృత్తిని మరి
గొనకగృహస్థాశ్రమవిధి గోరుచుముక్తిన్. 359

కం॥ తనువెటు వృద్ధినిబొందెనొ
మనమున వైరాగ్యమట్లె మానకవృద్ధిన్
గొనియెను మాతృసుబోదల
వినినినియాబాలకుండు విగతజ్వరుడై. 360

మ॥ జననంబందినదాదిగాజననిచే జ్ఞానార్ధసంయోగముల్
జననంబేపటుమాయగానెఱిగి విజ్ఞానప్రపూర్ణుండునై
గొనకన్మోహము నాగృహస్థపదమున్గూడంగ నిర్లిప్తుడై
గొనియెన్నాశ్రమస్వీకృతిప్రబలవ్యగ్రోస్ముక్తుడైయాతడున్ 361

గీ॥ కువలయాశ్వుడు రెండవ కొడుకునకును
తాసుబాహునామంబును తగినదనుచు
జేసె నామకరణమును జేయవినియు
నామదాలస చిరునవ్వు నామెనవ్వె. 362

గీ॥ ఆమెరెండవ పుత్రుని యల్లైజోల
నెపమునను కామరహితుగ నెలతజేసె
మరియుమూడవపుత్రుని యరిదమనుగ
నామముంచగ నారీతి నవ్వెనామె, 363

కం॥ మరలనుమూడవపుత్రుని
ధరనిష్కాముండునౌచు తనరగవానిన్
తరుణియుగూర్చగనాతడు
వరలెన్నిష్కామవృత్తి బడసియుపుడమిన్. 364

కం॥ భూపతినాల్గవవిడతను
తాపడసెన్బికీర్ష నామధారియుగాగన్
ఆపడతి యామదాలస
తాపడయన్చిరునగవట తానునుజూచెన్. 365

చం॥ గనియునురాజుహాసముఖి కారణమంతనెఱుంగగోరియున్
అనఘమదాలసన్గనియు నాతడునీవిటునేలనవ్వగా
వినవలతుత్త్వదీయగుణవిస్తృతభావము నేమియోత్వరన్
మనముననుంచుకోకయిక మానినితెల్పుముపూర్తిగానిటన్. 366

గీ॥ సుతులకిడినట్టి పేర్లన్ని శోభనంబు
గల్గజేసెడివంచును నుల్లమందు
తలచుచున్నాడ గావున దగినవనుచు
మంచినాడను నంచును నెంచివల్కె. 367

ఉ॥ శూరులకిట్టి నామములు శోభితమౌనవి శౌర్యచిహ్నమై
మీరెడు నట్టివంచునిట మేత్తలపోసియు పెట్టినాడ నీ
పేరున దోసమున్న మరివీడకనీవుచతుర్థపుత్రుకున్
పేరునునుంచుమోసుదతి వీనికినీమది నున్నదానినిన్ 368

ఉ॥ నీదువివాహకాలమున నేయొనరించు ప్రతిజ్ఞ వీడకన్
ప్రోదినిజేసి నామదిని పూర్తిగ సమ్మతినంది వీనికిౙ
ఏదిసమగ్రభావ పరిశిక్షతమునై తగునట్టిదానినిన్
నీదుమనంబు తృప్తిగొన నేనునునుంతును నీదునాజ్ఞచే. 369

గీ॥ ధర్మవిజ్ఞాని యాచును ధరణియేలెడు
తానలర్కుడటంచును దవిలిపేరు
లోకమందునకీర్తి కల్లోలమూలి
కలను గూడియువెల్గుచు మెలగుచుండు. 370

గీ॥ మాతృనిశితనామంబు మహిపతియును
వినియసహ్యంబునొందియు వీడకుండ
భార్యగాంచియునుంచిన భావమేమొ
నెఱుగగోరియునిట్లనె యింతితోడ. 371

మ॥ వినుమా? సుంత యలర్కుడంచనగ నీవేరీతియర్థంబుమన్
గొనియున్నంటినొ యేమొగాని యిచటన్గాడున్గదా దీనికిన్
గనగాయర్థము పిచ్చికుక్కయనియే గానన్నిటన్దీనినే
గొనగాకారణమేమి తెల్పుదగు నీకు న్వీడగారాదికన్. 372

గీ॥ ఓమహారాజ నాచేత నుంచఁబడిన
వ్యావహారికనామంబువరలుదీని
గూర్చిదెల్పెద వెనుకను గోరినీవు
నుంచుపేర్లను నర్థంబు నెంచిజెపుడు. 373

చం॥ విబుధులు ప్రాజ్ఞులౌనరులు విశ్వవిలీనతనొందుదానిగా
ప్రబలమతిన్దలంతురుగ బాగుగయాత్మను క్రాంతియంచనన్
సబల నొకప్రదేశమును చక్కఁగవీడియుపోవునద్దిగా
విబుధులు జెప్పిరిందు మరివీడక నంద వి శేషముంచగా 374

వ॥ విక్రాంతుండనంబరగు దానికర్థంబు విశేషంబుగా
చరియించెడివాడని యర్థంబుగదా? 375

సీ॥ సర్వగుండై యంత సర్వంబువ్యాపించి
యుండెడియాత్మస్వరూపమెందు
బోపును? వచ్చును? పుణ్యండదానికి
పోకడరాకడపొందరాదు
దాననువానికి దగిలించు విక్రాంత
నామంబువ్యర్థంబు నంచుతలతు
అన్యపుత్రునకీవు నల్లెసుబాహు నా
మంబునుగూర్చితి మహినిగాన

గీ॥ మఱినిరాకారువానికి మంచిబాహు
వులను గల్గెడుసంచనగల్గుటెట్లు
సార్థకతనద్దియిందున వ్యర్థమయ్యె
మొదలులేకున్నకొమ్మలు నొదవునెచట. 376

కం॥ మూడవపుత్రునకీవును
నాడున్నరిమర్ధనాఖ్య నమరెడునటులన్
జూడగకూర్చితి వ్యర్థము
నేడెటునొచుండె నద్దినీకును జెపుదున్. 377

ఉ॥ ఎల్లశరీరధారులకు నేర్పడునాత్మయు నొక్కటేయగున్
ఉల్లసితంబునద్దియును సర్వర శత్రులు మిత్రులంచునున్
చెల్లెడువారు నెవ్వరిట చేరినరెండవవాడు భేదముల్
కొల్లలుగానగు న్నసలె గూడదుగానిట రాజశేఖరా. 378

గీ॥ భూతజాలము వానిచే పొందుచావు
దేహధారియె తనువుల తేల్చిచంపు
ఆకృతియులేనివానిని నరసిచంపు
నెట్లు షడ్వర్గములు వేరె నిందునుంట. 379

వ॥ అదియు స్పష్టమైనదేగదా? కావున కల్పనయువ్యర్థంబగు 380

చం॥ అలఘుప్రపంచమంతయు నబద్ధపురూపును గొంటచేతనున్
చెలగగ యేదొనామమును జేరిచిపెట్టితివ్యర్థమెట్లగున్
తొలగగ మోహమంతమది తోచగజూడుము నాత్మజ్ఞానమున్
గలుగనివాడుచేయునవి గానగవెట్టియు జేయుచేతలే. 381

గీ॥ అటుమదాలసజెప్పంగ యద్దివినియు
బుద్ధిశాలియురాజును పొలతిజెప్పు
సత్యవచనంబువినియును దానవొగడె
నీదువచనంబుతథ్యంబు నెలతయనుచు. 382

కం॥ మునుతనసుతులకునేగతి
గొని విజ్ఞానార్థబోధ గూడగజేసెన్
తనయున కటులే జేయగ
వినివ్యథనొందియునురాజు వేగమపల్కెన్. 383

కం॥ సుదతీపూర్వముపుత్రుల
కెదిచెప్పితివట్లె నిపుడు నేలనుజేయన్
మదివంశచ్ఛేదముగొని
నిదిజేసితివౌరనీవు నీంతియ తెగువన్. 384

గీ॥ నాకుప్రీతిదమౌపని నీకుజేయ
తలపుగలిగిన నామాట తలగకుండ
పుత్రునీతనివంశంబు వృద్ధినొంద
ప్రకృతివీడక పయనింప పనుచుమీవు. 385

గీ॥ కర్మమార్గవిచ్ఛేదనే గల్గకుండ
పితృపిండాదికార్యమ్ములేటువకుండ
చేయవలయునువిఘ్నంబుచేయరాదు
నర్దిగమనించి నీవునువృద్ధిజేయు. 386

కం॥ పితరులుస్వర్గస్థులనగు
నితరులు పశుపక్షిజాతి యింకనుమనుజుల్
సతతము భూతములందున
గతజీవులు పాపచింతగలిగినవింకన్. 387

గీ॥ అలక్షుదార్తుల దాహంబు నందువారి
పిండదానంబుచేతను నుందునరుడు
తృప్తులనుజేయు కర్మంబు తోడగూడి
యతిధులనుగూడ తృప్తిని యందజేయు. 388

కం॥ సురలు న్నరులునుభూతము
లరయగ పశుపక్షికీట కాదులునిందున్
నరునిసహాయముతోనిట
వరలున్జీవికనుగొనియు వర్ధిలుచుండున్. 389

గీ॥ ఓమదాలస నాపుత్రునీమహిపతి
గాగ కార్యంబులన్నియు క్రమముగూర్చు
వానిగాఁజేయుమీవును వసుధనతడు
కర్మశీలియునౌచునుగడగుగాక 390

మ॥ సతియానామెయు నాయలర్కునచటత్సత్శీలియౌభర్తనున్
మతికెక్కన్నట జెప్పగావినియు తామన్నించియీరీతిగా
సుతునిన్గాంచియు భర్తృవాక్యములనచ్చోపుత్రుకర్మంబులన్
మతినిల్పన్నిటుప్రోత్సహించె విధిగా మాన్యంబునౌరీతులన్ 391

గీ॥ పుత్ర? వర్ధస్వ. తండ్రిదౌ పుణ్యకర్మ
లింతవీడకనీవును నిద్ధరిత్ర
ఐహికాముష్మికంబుల నంతగూర్చు
తండ్రిముదమంద ధరణిపైతప్పకుండ 392

వ॥ మిత్రులకుపకారంబు జేయుము
దుర్మార్గులనుశిక్షించినీకర్మమార్గంబొనరింపుము. 393

మ॥ ధరణినీస్జీల్చక రాజరాజవయి నిద్ధాత్రి న్మహాపాలనం
బరయన్జేయునదృష్టయెవ్వడిట తానందున్వాడెపోధన్యుడున్
వరలెన్నికది ధన్యుడై తివిట నీవప్పాలనంబున్సదా
వరకర్మంబులనొంది యైహికముల న్వర్ధిల్లి దేవత్వమున్ 394

వ॥ పొందవలశినది యనిమఱియు 395

కం॥ ధరణీసురవరులకునెపు
డురుతరపర్వములయందు నున్నతసేవల్
వరబంధుల మిత్రుల మది
వరలెడు కోర్కెలనుదీర్చి వర్ధిలుజగతిన్ 396

మ॥ పరనారీవిముఖుండనై మదిని సవ్యంబైనమార్గంబునన్
హరిజింతించుచు కామక్రోధ మద మోహాద్యాది షడ్వర్గమున్
ధరదూలించుము మాయనున్గొనక నిత్యంబైన దేహంబునున్
ధరణిన్నమ్మకు సత్యమంచు ధన ముత్తధ్యంబు నాశింపకన్ 397

చం॥ పతులజయింపుమీవు గుణబంధురకీర్తినిబొంద యర్థమున్
అతిగవ్యయంబుజేయ వెనుకంజయువేయకుమీవు నెందు సం-
తతపరవిందగైకొనకు తద్విధినాయపవాద భీతివిన్
మతిగొను నాపదల్గాంచిన మన్ననజూడుము నీప్రజావళిన్ 398

గీ॥ పెక్కుయజ్ఞంబులన్జేయు ప్రీతినంద
సురలు యాశ్రితులైన భూసురులప్రీతి
తృప్తిపరచుము స్వస్త్రీల తృప్తిపరచు
నరులసమరంబుచేతృప్తి యందజేయు. 399

ఉ॥ బాలుడవౌచు బందుగుల ప్రబ్బెడుగుర్వుల విద్యనేర్పునన్
మేలగుసత్కులాంగనల మిన్నగుయౌవనకాలమందునన్
చాలినవృద్ధులన్వనిలొ చక్కగసేవలజేసి నీవునున్
మేలన తృప్తినందునటు మేదినిగూర్చుము నీవుపుత్రకా. 400

గీ॥ ఆయలర్కుండు తల్లిచే యనుదినంబు
బోధనందియు వయసునబుద్ధిచేత
తాప్రవర్థమానుండునై ధరణియందు
వెలుగుచుండెనుబాలార్కు వలెనునతడు. 401

గీ॥ బాల్యమున్దాటి కౌమార వయసునందు
నుపనయనమంది ప్రాజ్ఞుడై యొక్కదినము
తల్లిజేరివినమ్రుడై దండమిడియు
తల్లితోడుత నిట్లనె తనయుడపుడు. 402

శా॥ తల్లీ యైహిక సౌఖ్యమున్గొనియు నంతన్నేను నాముష్మికం
బుల్లంబెంతొ ముదంబునంద గొనగా యుత్సాహమున్పూనియున్
పుల్లాంభోజదళాక్షి నేగొనదగు న్పూర్ణంబుగా దేవినిన్
ఉల్లేఖింపుమటంచు నమ్రతను తాను న్గోరగానామెయున్. 403

శా॥ భూపాలుండు ప్రజావిరుద్ధపథము న్బోనాడి సత్సేలతన్
తాపాలించుచు శత్రురాజిగమి మొత్తంబు న్విశేషించియున్
భూపాలాగ్రణిగాగ వీరుడయి నిర్మూలించుచే నిక్కమౌ
భూపాలుల్గొను ధర్మమై వెలయుగా భూపాలపుత్రాగ్రణీ 404

గీ॥ సత్యనాశిని వ్యసనంపు జాలమంత
మూలనాశినిగావున పూర్తిగాను
వీడి యాత్మశత్రులత్రోచి వివరముగను
నిన్నురక్షించుకొనుభువి యెన్నడైన. 405

కం॥ అరిషడ్వర్గంబులగొన
దురితము మార్గమునుతప్పి తోరపురథమున్
జరుగగనాశమునేవిధి
వరలునొ గొనుకామక్రోధబద్ధుడునైనన్. 406

గీ॥ దుష్టసజ్జనభేదంబు స్పష్టముగను
నెఱిగి మంత్రుల మంత్రంబులెఱుగకుండ
అతిప్రయత్నంబుతోడుత యరులకార్య
చయములెఱుగంగవలయును జనపతికిని. 407

కం॥ జనపతి కార్యములందున
ఘనమిత్రుని బంధునైన గనరాదుగదా?
ఒనరినసమయము శత్రుల
గొనవచ్చునుసమ్మకంబు కోరికదీరన్. 408

గీ॥ కామవశవర్తిగాకను గల్గుజనుల
సమముగాజూచుచుంటయు శత్రురాజి
మించియుంటయుతగ్గుటనెంచిజూచి
షడ్గుణంబుల నెరిగియు జరుగవలయు. 409

గీ॥ ప్రథమకార్యంబు మంత్రులవర్తనంబు
లెఱిగియుంటయు పరివార మెట్టిదంచు
తెలసికొంటయు రెండవ కలమువద్ది
పౌరవర్తనతేలియుట పుడమిపతికి 410

వ॥ మూడవకార్యంబై ప్రవర్తిల్లు యేజనపతి ప్రప్రథమంబున
తనమంత్రి భృత్యపౌరవర్గంబుల తత్తవసరకార్యవిషయంబుల
నెరిగియుండక శత్రువిజయంబునకు బయలుదేరుప్రభువు
వారితోగూడతానుబాధింపబడుట సత్యంబు. 411

కం॥ అంతశ్శత్రులగెల్చుట
యెంతయుముఖ్యంబుపతికి యిలపతిదావిన్
అంతజయించినజయమగు
సుంతయులొంగినను గెలుపుజూడడురాజున్. 412

కం॥ కామము క్రోధము లోభము
నామాత్సర్యంబు మోహమనియెదుశత్రుల్
ఏమహిపతికుజనుండై
యీమహిగొనువాని నాశ మిడువక జేయున్. 413

కం॥ ఆరింటిని గెల్చియునిల
మీరెమరుత్తుండనియెడు మిన్నగురాజున్
దూరముగానుంతురుగద
యారింటిని బుధులుఘువిని యందగముక్తిన్. 414

మ॥ ధరణీపాలుడు ధారణిప్రజల శ్రద్ధన్నేలు నావేళలన్
సురనాథు న్మణినోమసూర్యులను తేజోయుక్తుడౌగాలినిన్
కరమారసప్రతినుంచుకొంచునిల తాకర్మంబునగా మేలునౌ
సురనాథుండెటు నాల్గుమాసములు హెచ్చౌవర్షసంపత్తిచే. 415

కం॥ జనులును ముదమునుజెందగ
ధనముండేటుజేయునట్లై యవనీపతియున్
జనములు ముదమునునలరగ
ఘనపాలనజేయవలయుక్రమముదలిర్పన్. 416

చం॥ ఇనుడును యష్టమాసములు నీయిలనుండెడి నీటినంతయున్
గొనునెటురశ్మిమాలికల గూడక నుంతయుబాధ భూమియున్
జనపతియట్టులే ప్రజల చల్లగ సూక్ష్మక్రియార్థయుక్తిచే
గొనవలె తా "కరమ్ము" విట గోప్యముతోమది నొప్పిలేయున్ 417

కం॥ కాలముప్రాప్తించినయెడ
కాలుడు భేదంబులేక ఘనమగురీతిన్
ఏలకగొనిపో నెటువలె
చాలగజనపతియు నట్లై జనవశెనముదై 418

ఆ. వె.॥ చంద్రుజూచిజనులు చక్కనియానంద
మెట్లు నొందుచుంద్రో నట్లెపతిని
గాంచినంతముదము గాంచెడునట్లుగ
నేలవలయుపతియునేలనంత. 419

ఉం॥ పవనుడు సర్వభూతముల బాగుగతాను నిగూఢవర్తనన్
అవితథరీతులన్నిలుచునట్లుగ పౌరుల బంధుమిత్రులన్
భువితన శత్రులన్వెదక పూర్తిగతానును చారచక్షువై
భువిపతి సర్వమున్నెఱిగి పొందగవచ్చును తాసుఖంబులన్ 420

కం॥ కామము లోభముచేతను
నేమహిపతి యర్థలోభమెంతయు గొనకన్
ఈమహిధర్మము తప్పక
తామహినేలంగ స్వర్గధాముడునగుగా. 421

ఉ॥ ధర్మవిహీనవర్తన స్వధర్మమువీడి చరించువారిన్
ధర్మవినాశభీతికొని తాను భయంబు నయంబు చేతనున్
ధర్మపథంబువీడకను తప్పకజేసి యుధారుణీశుడున్
ధర్మముతప్పకున్న సురధారుణిజేరెడు నట్టిరాజునున్. 422

గీ॥ ఎవనిరాజ్యంబునందున యింతయేని
వర్ణధర్మంబు యాశ్రమ పరమేశధర్మ
మేమితొలగదో యాతడు యిహమునందు
పరమునందుశాశ్వత సుఖ ఫలమునందు. 423

ఉ॥ ధర్మములిట్లువీడకను ధారుణినేతయు రాజ్యమేలుట్
ధర్మము రాజుచేయదగు తద్విధిజేయుచు శాసనంబుతా -
ధర్మపరత్వమూనిగొన తాకృతకృత్యుడుపూర్తిగానగున్
ధర్మపరావతారుడని ధారుణియీప్రజ తల్చుచుండెడిన్. 424

కం॥ ఈవిధిజేయగరాజును
తావడయును నర్ధకామ ధర్మములెల్లన్
కోవిదుడై యిహమందున
యావిభుడాలోకమందు నందెడుశుభముల్. 425

గీ॥ తల్లియీరీతిబోధింప తనయుడంత
భార్యబడసి గృహస్థాశ్రమ పథముగొనక
తగినభార్యనుగైకొల ధరణియందు
మెలగుచుండెను సతితోడ యిలనునతడు 426

వ॥ అంతఋధ్వజుండు మానవసహజంబైన జరాభారుండై
రాజ్యరమాభరణ సమర్థుండగుపుత్రునకు
భూభారంబప్పగించె. 427

గీ॥ ప్రభునిగాచేసి సుతునటు పడతితోడ
యాఋతుధ్వజుడప్పుడే యడవిశాంతి
పొంది తపమునుజేయంగ పూర్తిమదిని
గల్గియుద్యమించెను పోవగానునంత. 428

గీ॥ ఆమదాలస తుదిమాట యాత్మజుగని
జెప్పతలపోసి తనయుని జేర్చిదరికి
వత్స పాలనజేయుచు బహుళమైన
యులగృహస్థాశ్రమపరిధి యందుమించి. 429

కం॥ బంధువియోగంబున మఱి
బంధురసుతపత్ని శత్రు బాధలవలనన్
బంధించినదుఃఖంబది
యంధుండౌచుండు ధనము నాశమునందున్ 430

వ॥ దానిచేగృహస్థుండు మమత్వపాశబద్ధుండై దుఃఖమగ్నుండగు
ననుటకు సంశయంబులేదు. 431

కం॥ ఇదిగోముద్రికనీకును
నొదలినయాసదయు నపుడు సూక్ష్మపురీతిన్
పదములుగలవవినీవును
వదలకచదువంగవలయు బాగుగవింటే. 432

గీ॥ కువలయాశ్వుండు పత్నితో గూడిసుతుని
ప్రభునిగాజేసి తానును వనముజేరి
తపముజేయగ పురమును తామువీడి
వెడలిపోయిరి రాగంబు వీడివారు. 433

—(అలర్కుండు భోగలాలసుడగుట)—

గీ॥ అలయలర్కుండు న్యాయ్యంబునట్టెబూని
ధర్మపథమునుతప్పక ధరణిప్రజల
కన్నబిడ్డలవోలెను క్రమముతోడ
నేలుచుండెనునేలను చాలవరకు 434

గీ॥ దుష్టశిక్షణ రక్షణ శిష్టులకును
గూర్చియజ్ఞముల్పెక్కులు నేర్పుతోడ
జేసి ముదమునుబొందియు క్షితియునంత
నేలుచుండె యలర్కుండు చాలియతడు 435

గీ॥ ధర్మకామార్థములగతి తప్పకుండ
నడపుచుండగవర్షముల్గడచెపెక్కు
లొక్కదినముఁనుబోలియు చక్కనైన
యధి పువాలన సంతోషమందికొనిరి 436

గీ॥ అతిప్రియంబగు భోగంబు లందునతడు
మునిగి వైరాగ్యమందక ముఖ్యమనుచు
ధర్మకామార్థముల నుంత తనియకుండ
వరలుచుండెను రాజ్యంబువర్ధిలంగ. 437

గీ॥ భోగలాలసుడై మున్గి భోగములను
నింద్రియంబులగెల్వక నుయిలనుండ
వినిసుబాహుండు మునివృత్తిగొనినవాడు
సోదరుడుజ్ఞానమార్గంబు చొచ్చ్చెబెట్టు. 438

మ॥ అవియీరీతిమతి న్తలంచియును తానై యెట్టిమార్గంబునన్
మవమందున్పనజ్ఞానబీజముల నెమ్మాడిక్కన్గొను న్మోహమున్
గానకుండన్మరి సద్గతిన్గొనగ నేగూర్తున్నటంచున్మదిన్
గావి నేశత్రుసమాశ్రయంబునను వేగొందున్నికన్మేలునున్ 439

గీ॥ అనిసుబాహుండు నీరీతియాత్మతలచి
తనదుభాగంబునిప్పింప తగినవాఁడ
టంచు కాశిరాజును జేరి యందురాజ్య
భాగమునుగొనుతలపును పలికెపభుతో. 440

చం॥ బలమున రాజ్యభాగమును పార్థివుఁడాతఁడు గైకొనంగ తా
దలచియు ముందె దూతనటు తప్పకపంపదలంచి వెంటనే
మెలకువతో మెలంగియట మిన్నగకార్యముతీర్చువానినిన్
అలఘుడు కాశిరాజట యలర్కుని జేరగపంచె దూతనున్ 441

ఆ॥ వె॥ రాజనీతివిదుఁడు రాజ్యంబుగోరియు
దూతనంప వినియు దోర్బలుండు
దూతతోడనిట్లుభ్రాతకుసందేశ
మంపె న్యాయమైన దంచుతలచి. 442

ఉ॥ భ్రాతకురాజ్యమేలగ నవారితభావనయున్న తానుగా
ఈతరిజేరి నన్నుగని యెంతయుప్రేమతొగోరనాకునున్
చేతము కోరువేరునెటు చిత్తమటంచును నిచ్చివేతుగా
భీతిని వీసమెత్తుధర వీడునటంచును జెప్పి పంపినన్. 443

గీ॥ వీర్య ధనుఁడుసుబాహుండు వీడక్షాత్ర
ధర్మమింతయు నొప్పక తానుగూడ
అలయలర్కునియాచింప ననుమతింప
కుండెసుంతయు ధర్మంబుగూడితాను. 444

గీ॥ సర్వసైన్యసమేతుడై యుర్విపతియు
నలయలర్కునిరాజ్యంబు నాక్రమింప
బయలువెడలియు వేగంబపట్టణంబు
నాక్రమించెనుకాశికానాధుడపుడు. 445

చం॥ పురినటు ముట్టడించి మఱిపూర్తిగ సేనలలోఁగొనంగతా
కరమునసేకభేదములు గల్గెడునట్లుల జేసి వీడకన్
త్వరత్వరగూడగట్టుగొని పార్ధివులన్మనునోడగొట్టి యా
ధరణి విభుండులోఁగొనియె ధారుణినంతయులిప్తమాత్రలోన్ 446

కం॥ కొందఱుదానముచేతను
కొందఱుభేదంబుచేత గూడినసేనన్
కొందరసామముచేమఱి
కొందఱులోఁగొనియెయతడు గూడగభీతిన్. 447

గీ॥ సైన్యమంతయుదిగజార శత్రుపీడ
జిక్కియలయలర్కుండును జేవతొలగ
కోశమంతయుక్షీణింప గూడశత్రు
సేనలన్నియు పురినటుజేరెయలసి. 448

కం॥ సేనలు కోశము పోవగ
తానటయార్తియునుబొంది ధరణివిశత్రున్
పూనికలోఁగొన దుఃఖము
మానసమును ముంచుచుండ మాన్యుడునందున్. 449

ఉ॥ శోకమునంది పారమునుజూడగజాలక తల్లిపూర్వమున్
శాకరమందిగూర్చునది తత్కృతబోధయుజ్ఞప్తిరాగనే
తాకొనియంగుళీయకము తక్షణమాతడు స్నానమాడియున్
చేకొనితాళుచి త్వరగ జేరియుపెద్దల వారిదీవెనల్. 450

కం॥ కొనియును నుంగరమందున
మనియెడునొకశాసనంబు మన్ననతోడన్
గనియును దానినిమదియటు
ఘనతోషమునంది తనువుగాంచగపులకల్. 451

గీ॥ హర్షమూనియును వికసితాక్షు డగుచు
తల్లివ్రాసినదానిని తనయుడందు
గాంచినరీతి వేగంబ కడకువిడక
చదివెయత్యంతశ్రద్ధతో చక్కనెఱుక. 452

ఉ॥ సంగమువీడగాదగును చాలకపోయినవీడశక్తియున్
సంగముసజ్జనావళితొ చక్కగపెంపునుజేయగావలెన్
సంగమువీడదుర్జనుల చాయలబోవకయుండుటద్దియే
చెంగటనుండునౌషధము చల్లగహాయినిగూర్చునట్టిదా. 453

ఉ॥ కామము హేయమై మనుట కాదని దానిత్రోయగాదగున్
ఈమహివీడగాదగనిదేయయి నుండినదానినంతయున్
ఏమనుజుండునైన మరినెంతయు మోక్షపథంబుగన్గొనన్
కామమునేప్రయోగమును గా నొనరించుట నౌషదంబగున్ 454

ఆ॥ వె॥ సంగమోచనంబు చక్కఁగగల్గిన
శాంతిసుఖము లెట్లు చెంతజేరు
ముక్తపురుషుచెలిమి పొందినగానియు
పొందరాదటంచు పూర్తిచదివి. 455

గీ॥ సాధుసంపర్కమునుగోరి జనపతియును
నార్తిజెంది దత్తాత్రేయు నంతికమ్ము
చేరి యమ్మహాత్ముని సేవ జేయగాను
జేరబోయెను పతియటు శీఘ్రముగను. 456

ఉ॥ పాపవిహీను మౌనికుల పావను కల్మషదూరు సంగదు
ష్పాపవినాశు రాజుత్వర ప్రాపును జేరియు - పూజజేసియున్
తాపడుచుండు వేదనల, దాచకనీగతి విన్నవించె తా
నేపడువానిబాయుపధి యీతడు జూపెడునంచు నెంచియున్. 457

కం॥ శరణవివచ్చినవారిని
కరుణనురక్షించువాడ గావుమునార్తిన్
భరియింపగలేవిట నే
కరుణాకరబాయజేసి కరుణింపుమనన్. 458

ఉ॥ నీకొనగూడుదుఃఖమును నే నిముసంబునబాయజేతుగా
నీకిలయేమికారణమొ నిక్కముతెల్పుము నీవెవండవున్
నీకిటదుఃఖసంభరిత నిష్ఠురకార్యములెట్లు గల్గెనో
నీకొనగూడు సంగములు నేగతిగల్గెనా యవ్వియెట్టివో. 459

గీ॥ అంగమేలేనినీకు సర్వాంగమేది
వానియోచించి విషయంబు బాగనెఱిగి
బుద్ధియోచించురాజేంద్ర పుణ్యమతివి
బోధపడునీకు నంతయుపూర్తిగాను 460

గీ॥ జ్ఞాననిధి మౌని చేత సుజ్ఞానబోధ
నెఱిగిత్రివిధదుఃఖంబుల జరుగుదాని
స్థావరంబుల యాత్మను జటిలమనక
యిటులయోచించెరాజును నిక్కమెఱుగ. 461

ఆ॥ వె॥ అతియుదారబుద్ధి ధృతిమంతుడాతడు
నాయలర్కుడంత నాత్మయందు
ఆత్మనెఱుగతాను నటకొంతితలచియు
సస్మితుండునగుచు చక్కబలికె. 462

గీ॥ పంచభూతంబులందున నెంచిజూడ
నేమిగానిట నేనిందు నిక్కమరయ
పంచభూతాత్మకంబయి బరగుతనువు
తత్సుఖంబులగోరెడి తప్పకుండ. 463

చం॥ తనువునునాశ్రయించుకొని తత్సుఖదుఃఖముల్గొంధ్ది ఫీడకన్
అనయము పంచభూతహితమై మనుదేహము నొంద్దు నాత్మకున్
గొననివిలేవు నుండినను గూడెదు కన్నులకెట్లు నెంధున్నన్
గనబడకుండనుండుభువి గావుననన్నియు మిధ్యలేగదా. 464

సీ॥ పుట్టిస్థిరత్వంబు బొందుచు నున్నతో
న్నతములగూడుచుసతతమిందు
మమతయుపెరుగంగ మదిలోనసకలంబు
జూచినమమతయు సురిగిపోవు
తన్మాత్రస్థితిలోన తత్సూక్ష్మబుద్ధిని
పరికింప మిధ్యగా పంచభూత
సహితమాదేహంబు చక్కనిసుఖమును
వేరీతిబొందుమ నిక్కమిందు.

గీ॥ సుఖముదుఃఖంబు మనసునే జొచ్చియుండ
తన్మనోభిన్నతను నిటు దవిలియుండ
నాకుసుఖదుఃఖములులేవు నింకనాకు
నాయహంకారబుద్ధుల యందుగాన. 465

గీ॥ ఇంతసంబంధమేనియు సుంతలేదు
నందుకతనముపరకీయమైనమనసు
నందుపుట్టిన శోకజమైనఫలము
తోడగూడంగనాకేల నాడునేడు. 466

గీ॥ నేనునుశరీరా హంకార నిర్ణయమున
భిన్నుడను సుఖదుఃఖసంఛన్నమైన
అద్ధితనువుకేగల్గు నాకట్టిదాని
బంధమేలనుగల్గెడు పట్టుబట్టి 467

చం॥ జనరహితంబునాత్మయిది చాలయనశ్వరమైన రాజ్యమున్
గొనునెటు దానికేల యిదిగూడ జడాత్మకమైన దేహమునున్
గననిది పంచభూతములు గట్టినకూటమి దీనికేల నీ
ఘనమగురాజ్యము న్మఱియు గాంచగసేరను నాత్మరూపినై 468

గీ॥ సర్వరూపిని నేనౌటనుర్వియందు
శత్రుమిత్రులు సుఖమును సైన్యమింక
పురము భాండార నాగాశ్వ పూర్వకంబు
నివ్విమిథ్యయై కనబడునిందునన్ని. 469

మ॥ ఘటపంక్తుల్పదివేలలోన వివిధాకారంబుల న్నుండియున్
ఘటపంక్తిన్తొలగించి వేరెగనగా గాన్పించునాకాశమే
ఎటగాంచన్నొకటై గనంబడెడు నట్లే భ్రాతయు న్కాశికా
తటనుర్వీశుడు నొక్కటేయిపుడు భేదంబింతలేదెంచినన్ 470

గీ॥ జ్ఞాననిధిదత్తాత్రేయు నజ్ఞాననాశు
నమ్మహాత్ముని మౌనీంద్రు నధికభక్తి
వినయవినమితగాత్రుడై వీరవరుడు
గాంచిపల్కెను భక్తితో మంచివాడు. 471

గీ॥ బ్రహ్మవిజ్ఞానసంపన్న బహుళముగను
తరచిజూచితి దుఃఖంబు తరలిపోయె
సత్యమార్గంబు వేరొక చాయగనిన
దుఃఖజలనిధిమున్గుట నిక్కమగును. 472

ఉ॥ నాదియటంచు మోహముగొన న్నరుడెంతటివాడెయైన వే
రేదియుమార్గమున్గనగ యింతమమత్వము వస్తుమూలమై
తాదరిజేరలేక యిల తద్భవమైనటువంటి దుఃఖమున్
కాదనలేకపొంది దరిగానగలేకను మున్గుచుండెడిన్. 473

ఉ॥ కావుననేగదా ప్రకృతికంటె పరుండనునౌచు శోకసం
భావుడగాక సౌఖ్యమును బాగుగబూనగ రెంటివీడియున్
ఏవిధి తత్వభావుకత నిక్కముపీడితి పంచభూతసం
భావితమైనదుఃఖమును భాసురభూసురవంశశేఖరా. 474

వ॥ అనవిని దత్తాత్రేయుండు
నాయలర్కుంజూచి యిట్లనియె 475

కం॥ నాయనెడిమమత్వంబది
భూయంబగుదుఃఖమునకు మూలమటంచున్
నీయంతరంగమందున
బాయకనెఱిగున్నకతన ప్రబలంబగునా. 476

గీ॥ నీదునజ్ఞానమంతయు వింతలేక
శాల్మలీతూలమేవిధిజటిలమైన
వాయువశమున వడిబోవు పగిదినాదు
ప్రశ్నచేతనెనశియించె పార్థివేంద్ర. 477

సీ॥ అలయహంకారబీజంబు నందుద్భవంబై
యందు మమత్వస్కంధంబుగల్గి
గృహములుక్షేత్రము ల్కొమ్మలుగాగల్గి
దారపుత్రాదులే పల్లవములు
ధనధాన్యపత్రము ల్దండిగాగల్గియు
పుణ్యపాపంబులే పుష్పములయి
సుఖదుఃఖరూపమే చూడగాపండ్లయి
మోక్షమార్గంబున ముందుబోక

గీ॥ అడ్డుగానిల్చి కుమతసంపర్కజలము
చేతతడుపంగబడియును చేరియుండు
కోర్కెలనియెడితుమ్మెదగుంపులంత
నిండిపూర్ణమైయుండెడిదండిగాను. 478

గీ॥ మాయసంసారమార్గంబు బాయకుండ
నడచియలసియు నీతరుతటమునందు
కొంతవిశ్రాంతినై ననుగూడమేల
టంచు నాశ్రయించెడివారు వంచితులయి. 479

గీ॥ ఎండమావులలోనను నుంటు నీర
టంచుభ్రాంతిని దప్పిక యంతతీరు
నంచుపరుగులెత్తుట నదియందుదాట
మొసలితెప్పను భ్రాంతితో మునుగునట్లు. 480

చం॥ మునుగకసాధువాక్యముల మొక్కయుపోవక జ్ఞానఖడ్గమున్
ఘనముగసాది సాదియు నగమ్యమునై మమతాస్వరూపమై
ఎనసెడిమాయవృక్షమును నెవ్వడుభేదనమున్నొనర్చు నా
మనుజుడు జ్ఞానమార్గమున మానకగమ్యమునందు నేర్పునన్ 481

సీ॥ మోక్షమార్గంబును బొందనీయకయుండు
నజ్ఞానవృక్షంబు నట్టినరికి
నీరజమైయుండి నిష్కంటకంబయి
యలతమోహీనమై యట్టెప్రబలి
పరిశుద్ధసత్వమై ప్రబలుచుచల్లనై
బ్రహ్మాత్వవనమును బడసినరులు
వృత్తిశూన్యులగుచు విజ్ఞానకరమయి
నిత్యసుఖంబుల నిలయమైన.

గీ॥ వరపరబ్రహ్మధామంబు బడయుచుంద్రు
జ్ఞానసంయుక్తులౌనరుల్ జ్ఞానసుఖము
వలన పంచభూతాత్మకం బగుచు స్థూల
దేహమునుమనమని చెప్పదేమహినిక. 482

వ॥ మఱియుతన్మాత్రలుగాని
యంతఃకరణమనంబులుగాని మనంబుగాజాలవు. 483

గీ॥ అవనిపాలక క్షేత్రజ్ఞుడవనిపరుడు
నగుణ గుణ సమూహముదేహ మగులువలన
ఇందుదేనివి మొదటగ నీక్షజేయ
వలయునరయుము నీవింత వదలకుండ. 484

ఆ. వె.॥ మేడిపండునందునుండెడు దోమలు
దర్భయందుముంజి తదుపరియును
నీటియందుచేప నిక్కంబుగానున్న
వేరు వేరుగానె చేరియుండు. 485

వ.॥ అట్లే దేహాత్మలు నొక్కటిగానే గానుపించినను
దేహాత్మలకు సంబంధంబులేదుగదా? 486

గీ. ఓమహాత్మక నీదయ యున్నకతన
ప్రకృతి పురుషులు వేరుగా వరలుననెడు
ఉత్తమజ్ఞానమదిగల్గె యుత్తముండ
యనియలర్కుండుమునితోడ ననియుమతియు. 487

ఆ. వె.॥ విషయ వివశమగుచు పీడకమనమది
నిలువకుండయెంత నిలువరింప
విషయభోగమూన వేగమ పరువెత్తె
ప్రకృతిబంధనంబు బాయుటెట్లు. 488

ఉ.॥ జ్ఞానపయోధి యోసుగుణజాలవిభాసిత దీనభావనన్
బూనియు యోగధారణను బూనగనామనమంత వేగిరం
బూనుచునుండె సాధనను బూనెడునట్లుగ జేయు సంగమం
బూనుటకంటె వేరొకటి పొందగరాదుపకారమెవ్విధిన్. 489

కం॥ అనవినిదత్తాత్రేయుడు
ఘనమాయాబంధనమ్ము కాదనయుక్తౌ
గొనయజ్ఞానవియోగము
ననఘా? సంసర్గమీద యదియేముక్తౌ. 490

గీ॥ అధికశ్రేయంబు జానులకందునట్లు
జేయుశక్తియు యోగంబు జేతనుండు
యోగమూనినముక్తియే యుత్తమంపు
జ్ఞానమార్గంబుగల్గు నజ్ఞానమీడి. 491

ఉ॥ సంగమదోషమే విడక చాలగహత్తుక బుద్ధియందునన్
పొంగెడునట్లుజేయుగద పూర్తిగదుఃఖము నందుచేతనే
సంగవిమోచనంబుగొన సజ్జనులున్నునమోక్షవాంఛతో
సంగవినాశమార్గమును చక్కగబూనుదురెల్లవేళలన్. 492

గీ॥ సంగమేలేక యుండి నిస్సంగులగుచు
నిర్మమత్వము బూనియు నిర్మలురయి
జ్ఞానవైరాగ్యవిషయంబు బూననరులు
మోక్షమార్గంబునందెడు పూర్తిగాను. 493

వ॥ జ్ఞానంబువైరాగ్యంబువలనను
నావైరాగ్యంబు జ్ఞానంబువలననుగల్గుచు
నిట్లన్యోన్యాశ్రితంబులై ప్రవర్తిల్లుచుండెడిని 494

గీ ఎచటనివసించునద్దియే యిల్లవునేది
తనువునిల్పును నద్దియే తినగ తగిన
దౌను ముక్తినినొసగెడి దేదియుండు
నద్దియేజ్ఞానమగు వేరజ్ఞానమగును. 495

ఆ॥ వె॥ పుణ్యపాపఫలము పొందుటచేతను
నిత్యకర్మఁజేయు నింగితమును
చేయనొప్పనట్టి చేతలచేతను
క్రొత్తకర్మఫలము గూడకుండ, 496

వ॥ పూర్వజన్మార్జితంబగు సుకృతంబునశించుట చేతను
దేహంబునకు మరలమరలబంధనంబుగల్గుచున్నయది. 497

గీ॥ కర్మకంటెను వేరుగా క్రమముతోడ
చేయ మోక్షంబుగల్గును చెప్పితేను
జ్ఞానమార్గంబుయెట్టిదో దానినెఱుగు
యోగమన్నముదానినే బాగజెపుదు. 498

గీ॥ యోగిప్రథమంబుమనమును నున్నతంపు
నాత్మచేతను గెల్చియు నలరవలెను
అదియు కష్టంబునైనను నట్టిదాని
గెలువయత్నంబు జేయగా వలెనువిడక. 499

కం॥ దానికియుపాయమొక్కటి
బూనెడు నదినేనుచెపుదు పూర్తిగవినుమా?
ప్రాణాయామముచేతను
తానిట దోషంబులన్ని తలగించియు వే. 500

ఉ॥ ధారణచేతపాపముల తా నశియింపగజేయగావలెన్
మీరెడు నింద్రియంబులను మీరగచేయక యడ్డగించియున్
కోరికలన్నినిల్పి మరిగూడుచుధ్యానము ప్రాకృతంబులన్
ధారుణిగాల్చగావలెను దానినినేవివులీకరించెదన్ 501

గీ॥ యోగిమనమును నాత్మచే యున్నతగతి
గెల్వగావలె సులభంబె గెల్వదాని
దానిగెలువంగ యత్నంబు తప్పకుండ
చేయగావలె మార్గంబు చెప్పువాడ. 502

కం॥ ప్రాణాయామముచేతను
పూనినదోషముల నింక పొందినయఘముల్
పూనినధారణచేతను
ధ్యానముచేప్రాకృతముల దహియింపవలెన్. 503

వ॥ అట్లే ప్రత్యాహారంబుచే విషయంబులవిసర్జింపవలె. 504

కం॥ గైరికధాతులమలమును
జేరిచి యగ్నిన్దహించు శీఘ్రమనెటులన్
ఆరీతియింద్రియంబుల
చేరెడుదోషమ్ము వేగ చీరగనరుడున్. 505

వ॥ ప్రాణాయామంబు జేయవలయు. 506

గీ॥ యోగితొలుత ప్రాణాయామ యుద్యమంబు
సాధనను జేయగావలె చక్కగాను
దానినిల ప్రాణాపానమ్ము తవిలినిలుప
నట్టిదాని ప్రాణాయామమంచునెంచు. 507

కం॥ ప్రాణాయామము త్రివిధము
నేనదియెరిగింతునీకు నిక్కముగవినుమా?
దానిని "లఘువని" "మధ్యమ"
మేనిక మరి "నుత్తరీయ" మేయని ఖ్యాతిన్. 508

వ॥ పండ్రెండు మాత్రలకాలంబు లఘుప్రాణాయామమనియు
దానికిద్విగుణంబు మధ్యమ ప్రాణాయామమనియు
త్రిగుణంబగు ప్రాణాయామంబు నుత్తరీయమని
విఖ్యాతినందినవని యోయలర్కమహారాజా నీమనంబున
నెఱుంగుము. 509

కం॥ కనురెప్పమూసితెరచెడి
ఘనకాలంబదియు మాత్ర కాలము హ్రస్వం
బుననుచ్చారణజేసెడి
యనువగుకాలంబు మాత్రయంచునుబుద్ధిన్. 510

గీ॥ ఎరుగుపండ్రెడుమాత్రలు జరుగదాని
నిందుననుప్రాణాయామమనియునుమదిని
మొదటిదానిచె స్వేదంబు తదుపరియును
కంపమును విషాదము తృతీయంబుబాపు. 511

గీ॥ బాధలేకుండ నద్దాని పట్టుబట్టి
నేర్పుయోగికి హరిగతి నేన్గుగతియు
వ్యాఘ్రగమనంబువోలెను ప్రాణమంత
మెల్లగాలోబడునురాజయుల్లమలర. 512

గీ॥ మదపుటేనుగునేరీతి మావటీడు
నడుపుచుండునో యారీతినరుడుతనదు
ప్రాణమంతయులోబడ పరమయోగి
యిచ్చవచ్చినరీతిని యిట్లైనడవు. 513

గీ॥ నరునిస్వాధీనముననుండ హరియువనిలో
మృగములన్వేటలాడెడి మించునరుని
ఎట్లుచంపదోయట్లనేయిలను తనువు
రక్షజేసెడియఘములశిక్షజేసి. 514

గీ॥ ఇలసదాయోగియందుచే యింతవిడక
గానెడిగద ప్రాణాయామంబు గూడుయోగి
ముక్తిపదమును బొందెడి ముక్తినొసగు
నాయవస్థలునాలుగు నవ్విచెపుదు. 515

గీ॥ "ధ్వస్తి" "ప్రాప్తి" "సంవిత్తి" ధరణినింక
పర"ప్రసాదం"బను నాల్గు వరుసవాని
భావరూపంబులన్నిటి వదలకుండ
నేనుచెప్పుదు వినుమంచువిట్టులాడె. 516

మ॥ చెడుకర్మంబుల యిష్టమౌపనుల తాజేయన్వినాశంబుసా
గెడు నీమానసమందునుండుచెడులన్గెంటించునిశ్శేషమై
వడిపోవన్నది ధ్వస్తియంచనుచు చెప్పంజెల్లు లోకంబునన్
వడు మోహంబులకోర్కెలన్నుడిచి విశ్రాంతంబునందుండియున్ 517

గీ॥ ఇహపరంబులకామంబులెన్నియుండు
నన్నిపోత్రోయునద్దియే యెన్నగాను
''ప్రాప్తి'' యంచని పెద్దలు వాకొనెదరు
ననియుమరలంగ నీరీతియనెయెమౌని. 518

సీ॥ ధరయతీతానాగతములనుఅవని అవనిమరిసూర్య
చంద్రతారకలగ్రహంబులకిటు
రాకపోకల జ్ఞానసాకల్యమూనియు
నెవడునెరుగుమరి యింతవిదక
వానిసమానమౌప్రతిభయుగల్గెడు
జ్ఞానంబునట్టిది బూనునేవడు
దానిసంవిత్తని తగపల్కుచుందురు
యోగులుప్రతిభయినుండువారు

ఆ॥ వె॥ దేనిచేతయోగి బూనెడునింద్రియ
పంచభూతములను ప్రబలమైన
ఇంద్రియార్థములను నేరీతిపొందునో
యదిప్రసాదమనియు ననగబడును. 519

గీ॥ యోగిపద్మాసనంబును నున్నతంబు
నర్ధపద్మాసనంబుద్వ్యర్థిగాక
స్వస్తికాసనంబునువేసి వదలకుండ
మదినియోంకారమూనెడి విదితులెందు. 520

సీ॥ సమమైనయాసన మమరించి సమముగా
గూర్చుండి పాదముల్గూర్చితొడల
చక్కఁగదృష్టిని ప్రక్కలబోనీక
నాసికాగ్రమునందె వాసినిల్పి
సంవృతాస్యుండునై చలనంబులేకుండ
శిరమునువంచియు వరలుదిశల
చూడక తమమును చుట్టియురజమున
యలరజోవృత్తిని సత్వమునను

గీ॥ కప్పివేసియుశుద్ధంపుసత్వమంది
మదినినిల్పియు యోగియువదలకుండ
మఱినిరంతరయోగంబు జరుపవలయు
ననుచుమఱియును నీరీతియనియెమునియు. 521

గీ॥ ఇంద్రియార్థంబులన్నిట యింద్రియముల
నిగ్రహించి మనోప్రాణనిగ్రహంబు
చేసి మరిసమత్వంబును చేకొనియును
మరలప్రత్యాహారంబును పరుపవలయు. 522

గీ॥ కూర్మమేకీతియంగముల్ముడ్చుకొంచునెట్లు
నట్లె కామంబులన్నిటి నవలద్రోచి
ఆత్మరతిగల్గియేకాంతమాత్మగనుచు
శుచియునౌచునువర్తిల్లుశుద్ధిగల్గి. 523

వ॥ బాహ్యాభ్యంతరంబులనుండునట్టివారు
ప్రత్యాహారంబుజేయవలయు. 524

గీ॥ పదియురెండుప్రాణాయామ వర్తనములు
నైన ధారణయంచును ననుదురిందు
యోగులగువారు ధారణల్బాగటంచు
రెండుసారులుజేయుటరూఢియండ్రు. 525

కం॥ నియతాత్మప్రతియునౌచును
స్వయముగయోగంబుబూని వర్తిలుమునికిన్
రయమునదోషములన్నియు
భయపడినశియించు నతడుస్వస్థుడునౌచున్. 526

గీ॥ అలపరబ్రహ్మరూపంబు ప్రకృతిగుణము
మరియునాకాశభూతాది మాయమునింక
అలఘుపరమాణువుల కల్మషాదిరహిత
యాత్మవేరువేరంచును నతడునెరుగు. 527

కం॥ ప్రాణాయామనియుక్తుడు
తానై యోగియునుమేడతట్టయునెక్కన్
బూనునొ నొక్కొకమెట్టును
గానగనటులేజయించి గ్రాలెడుమునియున్. 528

గీ॥ యోగిస్థానంబులెక్కుచు నున్నతగతి
బూనకున్నప్రాణాయామంబు మునియువిందు
వ్యాధి మోహాది దోషముల్ప్రబలమౌచు
వెలయు బాగుగనెరిగియే మెలగవలయు. 529

శా॥ ప్రాణాయామ నిరోధమూనియును స్వప్రాణంబులస్థైర్యమై
మౌనీంద్రుండునులోగొనంగ యదియే ముఖ్యాతి మై యొప్పెడిన్
ప్రాణాయామమటంచు దేనివలన న్భావంబుసంధించునో
దానిన్ధారణయంచువాకొనెడి సద్భావాఢ్యులౌ యోగులున్. 530

చం॥ విషయసుఖంబులందుజొర వేగిరమున్గొనునీమనంబునున్
విషయనివృత్తిగై కొనగ వీడకనెవ్విధి తామరల్చి న
వ్విషయవినీతమార్గమును విజ్ఞులుచెప్పుదురీవిధంబునన్
శషభిషలన్నివీడియిల చక్కనిమార్గము నీపథంబునున్.531

వ॥ ప్రత్యాహారంబని వక్కాణింతురు
వ్యాధిదోషాద్యపనయంబుకొరకు యోగి
పుంగవులు ననేక యుపాయంబులవక్కాణించిరి. 532

గీ॥ కలవుపాయంబులెన్నియో యలఘుమునుల
వ్యాధిబారినిబడకుండ వారిగావ
యోగిపుంగవులీవిధిబాగటంచు
చెప్పియున్నారు వానిని చెప్పెదవిను. 533

ఉ॥ దప్పికగొన్నవాడు నిల తానునుయంత్రవశాభివృద్ధితో
దప్పికదీరగ్రోలునెటు తద్విధియోగియు నుంతకష్టమున్
జొప్పడకుండ వాయువును జొచ్చెదురీతిని మెల్లమెల్లగా
తప్పకపీల్చగావలయు తప్పదు యోగులకిద్ది పార్థినా. 534

సీ॥ ప్రథమంబునాభిని పదిలంబుగానిల్పి
హృదయంబునందున కుదురుపరచి
అటుమీదనురమున దిటవుగానిల్పియు
కంఠమందున మరికదలకుంచి
ముఖమందు తదుపరి ముక్కునందునజేర్చి
భ్రూమధ్యమందున పొందుపరచి
తరువాతశిరమున ధట్టించియన్నిట
పరమైనధారణ పట్టవలయు

గీ॥ పదియుధారణలీరీతి వదలకుండ
జేయువాడును నక్షర చిత్స్వరూపు
డగునటంచునుమౌనియు నవనిపతిని
గాంచిపల్కియు మరియునుగనియుపల్కె. 535

ఉ॥ శ్రాంతుడుగాక వ్యాకులపు దాయలపోవక యక్షుధార్తుడై
భ్రాంతుడుగాక యాశగాని బాధలనందక వ్యాకులంబునన్
చింతలపొంతపోక మదిజేరిచియోగము యోగిపుంగవుం
డెంతయుసిద్ధినొందదగు యీగతివీడక జేయగావలెన్. 536

కం॥ శీతలకాలంబునమరి
శీతలదేశంబునందు జేరియునెపుడున్
ఏతరి యుష్ణపుభూమిని
చేతమునిల్పియును యోగి జేయదుతపమున్ 537

చం॥ ధ్వనులును గల్గుభూమిపయి ప్రస్ఫుటవహ్నిజలార్ద్రియుక్తమై
మనెడుప్రదేశమందున సమంపుచతుష్పథమందు జీర్ణమై
తనరెడుకోష్ఠమందునను ధారుణిజీర్ణపుపత్రరాసులన్
జనులనుగాల్చుచోట వరసర్పములుండెడుచోట నింకనున్ 538

ఆవె॥ భయముగొల్పుచోట పారెడునదిగట్ల
కూపతీరమందు నేపుమీరు
పుట్టలుండుచోట పూర్తిగయోగంపు
సిద్ధిగోరువాడు చేయరాదు. 539

గీ॥ అన్నివసతులులేకున్న యందుమీద
దేశకాలంబు వీడియు ధీరమతిని
చేయవచ్చునుయోగికి చేరలేదు
దర్శనంబును నట్టిది ధరణిలోన. 540

గీ॥ దోషభావంబులెన్నక దోషమవక
చేయుఁబూనిన విఘ్నంబు చేరువాను
వానినెల్లనుజెప్పెద వరుసనీకు
ననుచుబల్కెనుమౌనియు నధిపుతోడ 541

గీ॥ విధిని విడనాడి తానునై స్వేచ్ఛగాను
చేయస్మృతివిహీనత చెవుడుజ్వరము
గ్రుడ్డిలోపంబులెన్ని యోఁగూడి జడుడు
నైన యోగియు బాధలనందువాడు. 542

॥ మరియు ప్రమాదమందియును మానవిదోషములుద్భవించినన్
త్వరగానవా యుపాయముల బెల్కొద బోవగ వాతగుల్మముల్
ధరయిటయుష్ణమైతనర త్రాగగవచ్చునుగంజి దానివిన్
పరలగజేసినోట నురమందున నవ్వలగర్భమందునన్. 543

తదుపరి పవనునితోగూడ
వాయుగ్రంధియందునిల్ప కంపంబుగల్గు. 544

కంపముగల్గినవెంటనె
తెంపునశైలంబునన్ను తేకువమునియున్
కంపముతొలగగ ధారణ
మింపునజేయంగవలయు మిన్నగనతడున్. 545

వె॥ వాక్కుపోయినంత వాగింద్రియంబున
చెవుడుగల్గినంత యవ్వియుమరల
సమముగల్గునట్లు శ్రవణేంద్రియంబున
ధారణంబుచేయ దాటగలడు. 546

దప్పికగొన్నవాడు మరి తానును నామ్రఫలంబు నేవిధిన్
తప్పకగోరునట్లు నిట తావయియున్నను నోటవ్యాధియున్
అప్పుడె వేగతాను రసనాధిపతిన్నట వేడగావలెన్
చెప్పగనేల పెక్కులిట చేరినదేహమునందు రుగ్మతల్ 547

ఏయేయవయంబుల యెక్కడెక్కడరోగంబు
పొడసూపునో తత్తదవయాధి దేవతల
ధ్యానింపవలయు మరియునుష్ణంబుచేసిన
శీతంబును శైత్యంబుజేసివ- 548
యుష్ణంబును ధారణంబుజేయవలయు.

కం॥ స్మృతియనుతప్పినయోగికి
మతిగలుగక కాష్ఠమూని మానకతలపై
గతితప్పకకాష్ఠంబున
యతిమెల్లగగొట్ట స్మృతియు నందెడువతడున్. 549

గీ॥ భూతముల పిశాచంబుల జంతువులచె
బాధలొందినవెంటనే సాధకుండు
ధరణి వాయువు నాకస మరయగాను
నగ్నివ్యాపించినటు ధారణంబుతగును. 550

గీ॥ యోగసాధన మౌనిని యుత్తమంపు
యల్రప్రవృత్తులు గల్గెడునట్టివాని
వెలువరించుట తామదివిస్మయంబు
గొనినవశియించు గోప్పంబుగొనినమేలు. 551

ఉ॥ కోరికలేక యుండుటయు గూర్చుటదేహమునందు దార్ఢ్యమున్
చేరదయార్థ్రిమౌమదియు చేరగగంధనువాసనంబులన్
ఆరయమూత్రమున్మలము నల్పమునొచును సుస్వరంబునున్
చేరియునుండటయోగికిని శ్రీఘ్రమ తత్ర్పథమంపుచిహ్నమౌ 552

గీ॥ జనుల యనురాగమూనుట తనపరోక్ష
మందు గుణకీర్తనంబును నందుకొనుట
అఖిలప్రాణులుగనిన భయంబులేక
యుండయుత్తమసిద్ధికి యున్నపథము. 553

కం॥ శీతోష్ణబాధలెవనికి
చేతంబున జేరబోవొ చిత్తమునందున్
ఏతరినందదొభయమును
నాతనికేసిద్ధి కరతలామలకంబౌ. 554

ఆ॥ వె॥ ఆత్మజ్ఞానమంద యత్నించువానికి
విఘ్నజాలములవి వేనవేలు
సర్వమెఱుగజేతు సంగ్రహంబుగనేను
వినుమునీవువాని విడకవత్స 555

సీ॥ యోగసాధనజేయు యోగిమనంబును
కామ్యకర్మలయందు కాంతలందు
దానఫలంబుల తగువైనవిద్యల
ప్రకృతిసంపదలందు స్వర్గమందు
దేవత్వమమరేశ దివ్యత్వమందున
యౌవనక్రియ రసాయనములందు
జలములజొచ్చుట మెలగుటగాలిలో
యజ్ఞంబులందున యగ్నులందు

గీ॥ శ్రాద్ధ స్థలమందు దానంపు శుద్ధియందు
మఱియునుపవాసములయందు సురలయందు
చేయుపూజల ఫలమును జెందుగోర్కె
మీర దానిని యోగియు మించవలయు. 556

చం॥ మనమునునిల్పిబ్రహ్మమునమానకవచ్చెడికోర్కెలన్నియున్
కొనక తిరస్కరించియును కోర్కెలనుండియుదాటుయోగినై
నను నవి వీడకుండ త్రిగుణంబులరూపముగాక మార్పునున్
గొనియును యోగియందునను గూడెడుఁవీడక సుంతయేనియున్ 557

గీ॥ యోగియుగంబు విఘ్నంబు నొందునటుల
పంచవిధముల భ్రమలును పట్టిచుట్టు
దైవ శ్రావణ భ్రమలని తప్పకుండ
ప్రాతిభంబనియావర్తఖ్యాతిమీరి. 558

గీ॥ వేదశాస్త్రార్థ కావ్యార్థ విద్యలన్ని
యెవనియందున వెలుగునో యిలనునద్ది
ప్రాతిభంబను శబ్దార్థభావములను
యుజనంబులదూరంబునున్ననైన 559

గీ॥ శబ్దగ్రహణంబు గల్గుట శ్రావణంబు
దైవయోనులునెన్మిది దరసితేని
చూచుచుండెడు యున్మాద శోభలద్ది
దైవమనిపెద్దలిందున దవిలిపల్కు. 560

గీ॥ ఇలమనోదోషమూనియు నలఘురూప
మైనయాచారభ్రంశంబు నందినెందు
దేనిచే నిరాలంబమై మానసంబు
భ్రమనుజెందునొ యద్దియే భ్రమయటంద్రు. 561

కం॥ జలముల సుడియును నెట్టుల
మెలికలఁతిరిగెడిని జ్ఞానమెంతయు మది నా
కులపెట్టుచునాశముగొన
మెలిగెడునావర్తకాఖ్య మేదినిగొనియున్. 562

చం॥ అతిభయదంబులై ప్రబలి నాశముగూర్చెడి వీనిచేతనే
సతతము దేవయోనులును సత్వరమున్నశియింప యోగముల్
గతిగనలేక చచ్చుచును క్రమ్మరపుట్టుచు చక్రమట్టులన్
మితియదిలే యుందురుగ మిన్నునమన్నున నుండువారలున్ 563

ఉ॥ యోగియు తేల్చికై వరలి యున్నతమౌనశనంబుగైకొనున్
తాగొనెడున్జితేంద్రియత తత్పరమాత్మను నాత్మవీడకన్
యోగియు సర్వకాలముల యుండుచుచింతనజేయగావలెన్
యోగియు దేవరాక్షసుల యుత్తములౌయురగాదులందునన్ 564

వ॥ మఱియుయక్ష గంధర్వాసుర దేహంబులయందు
లయంబుపొందుచున్నవాడు కాననంగంబు నొందడు
అణిమా మహిమా లఘిమా ప్రాప్తి ప్రాకామ్య వశిత్వ
యీశత్వంబులను సిద్ధులు యష్టవిధంబులు వానిప్రభావంబుల
నెరింగింతువినుము. 565

సీ॥ అణిమంబు సూక్ష్మ సూక్ష్మంబటంచునుమరి
వేగంబులఘిమయు విడువకుండ
సకలజనులచేత చక్కగపూజల
నందుటమహిమయు నష్టైశ్వ్రాప్తి
యనగను పొందగరానిది పొందుట
వ్యాప్తినందుటప్రాకామ్యమనుదురిల
ఈశ్వరుండగుటయు నీశత్వమందురు
వశమొనర్చుకొనుటవసుధయందు

ఆ॥ వె॥ అలవశిత్వమంచు నలరారు సప్తమ
గుణముయోగులందు గూడియుండు
ఎందుకోర్కెలన్ని యెనలేకవశమౌనొ
దానినిందు యిచ్చు స్థానమనును. 566

గీ॥ మోక్షనిర్వాణమెంతయుపూర్తిగాని
యష్టసిద్ధుల వలనను నందరాదు
పుట్టిపెరుగగ మార్పును పొందబోక
క్షీణమందక నశియింపుగానిలేక. 567

ఉ॥ భేదము క్లేదదాహ సువివేచన గూడియు పంచభూతముల్
వాదునజేరి యన్నియును బ్రచ్చిననింకను భూతసర్గముల్
తాదహియింపగాబడదు ధారుణినాశమునందబోదు కా
లాదిని యంత్యమందు మరియయ్యదిసత్యము శాశ్వతంబునౌ568

గీ॥ పుటమువేసియు స్వర్ణంబు పూర్తిగాల్చి
దోషరహితంబునౌచుమ భూషితంబు
స్వర్ణమందునగలపిన చక్కనదియు
వేరుగానుండదేరీతి విశదముగను 569

గీ॥ సర్వదోషంబులన్నియు నుర్విగాల్చి
యలపరబ్రహ్మయందున యతడుగలసి
యోగివేరుగానుండక యున్నతంబు
నాత్మయందునలీనమై యలరుచుండు. 570

కం॥ జలములుజలములనేవిధి
గలసిన వేరౌనె యాత్మ గలసినయట్లే
వెలికినిరాదికనెపుడును
నిలపరమాత్మన్విడిచియు సిద్ధియునిజమౌ. 571

వ॥ అనిననాయలర్కుండు నామౌనీశునితోనిట్లనియె. 572

గీ॥ అలపరబ్రహ్మమార్గంబు నందుయోగి
యెట్లుభ్రష్టుండుకాకుండు నెట్టిపథము
పొందినడచిన నేనద్దిపూర్తిగాను
వినగదలచెద చెప్పవే విశ్వవేద్య. 573

కం॥ అనియును నడుగగ రాజును
వినియును మౌనియునునిట్లు విన్నిచెనువేడ్కన్
గౌనియునురాగద్వేషము
మనుజుడుమానాభిమాన మగ్నుడునౌచున్. 574

గీ॥ యోగికివ్వియు విపరీత పూర్వమగుచు
వరలు మానావమానంబు ప్రబలమైన
అందునవమాన మమృతంబు నంచునెంచు
మానమద్దియు విషమంచు మదినినెంచు. 575

కం॥ ధరణిని బాగుగ జూచియు
చరణములుంచుటయు త్రావుజలముల విడకన్
తరచుటవస్త్రముతోడను
మరువకసత్యంబు యోగి మసయెడుపథముల్. 576

గీ॥ అతిథిసత్కారములుగొనునట్టిచోటు
శ్రాద్ధకర్మలు జేసెడి స్థలములందు
యజ్ఞములు జేయుచోటుల దైవపరము
నుత్సవంబుల పాల్గొన బోవరాదు. 577

కం॥ చెదరియునిప్పలుబోవగ
యదునా భోజనవుకాలమప్పుడె యతియున్
విదితుడుబోవలెభిక్షకు
వదలకనాగృహములందె పాల్గొనతప్పా. 578

చం॥ మునియునునెల్లకాలముల పోవగనౌ ఘనులేగుమార్గమున్
గనియుసుపీడకుండ ధరగాంచిన మానవులెట్టిచేతలన్
గొని యవమానముగ్గొలుప గూడినమార్దము పీడరాదు తా
ముఖ్యగొను భిక్షముష్విడక పూర్తి గృహస్థులయిండ్లపొంతనే 579

చం॥ఘనులయి శాంతులై దయయుగల్గియు శ్రద్ధయుభక్తిగూడియున్
గొనిఘనవేదము ల్ధరనుగూడకపాపము నుత్తముండునై
మనెడుగృహస్థులిండ్ల యతి మానకభిక్షముగై కొనన్దగున్
అనయము సంకరుల్గొనగు నయ్యదిపొందుట హీనకార్యమౌ 580

గీ॥ గంజి మజ్జిగ పాలును కారుమినుము
కందమూలాదిఫలములు గల్గినట్టి
యటుకులును నిట్టియాహారమవనియతికి
తగినయాహారమౌ సిద్ధి దవులదారి 581

ఆ॥ వె॥ చోరబుద్ధివీడి చేరకలోభంబు
బ్రహ్మచర్యమూని ప్రబలమైన
త్యాగబుద్ధితోడ ధరణియహింసను
గొనెడువ్రతములివ్వి మునికినెపుడు. 582

ఆ॥ వె॥ దేనినాశ్రయింప దివ్యంపుకార్యంబు
సాధకంబునగునొ బాధలేక
అట్టిజ్ఞానమూని యారాధనను జేయ
వలెను వేరుదాని వదలవలెను 583

గీ॥ జ్ఞేయమిదికాదు నదికాదు జ్ఞేయమనుచు
నాశపోతౌచు నిశ్చయ జ్ఞానమిదక
తిరుగువాదిల నెరుగగా నేరడింక
వేయికల్పాలు జరిగిన విమతబుద్ధి. 584

చం॥ఘనులయి శాంతులై దయయుగల్గియు శ్రద్ధయు భక్తిగూడియున్
గొనిఘనవేదము ల్ధరనుగూడకపాపము నుత్తముండునై
మనెడుగృహస్థులిండ్ల యతి మానకభిక్షముగైకొనన్దగున్
అనయము సంకరుల్గొనగు నయ్యదిపొందుట హీనకార్యమౌ 580

గీ॥ గంజి మజ్జిగ పాలును కారుమినుము
కందమూలాదిఫలములు గల్గినట్టి
యటుకులును నిట్టియాహారమవనియతికి
తగినయాహారమౌ సిద్ధి దవులఁదారి 581

ఆ॥ వె॥ చోరబుద్ధివీడి చేరకలోభంబు
బ్రహ్మచర్యమూని ప్రబలమైన
త్యాగబుద్ధితోడ ధరణియహింసను
గొనెడువ్రతములివ్వి మునికినెపుడు. 582

ఆ॥ వె॥ దేనినాశ్రయింప దివ్యంపుకార్యంబు
సాధకంబునగునొ బాధలేక
అట్టిజ్ఞానమూని యారాధనను జేయ
వలెను వేరుదాని వదలవలెను 583

గీ॥ జ్ఞేయమిదికాదు నదికాదు జ్ఞేయమనుచు
నాశపోతొచు నిశ్చయ జ్ఞానమిదక
తిరుగువాడిల నెరుగగా నేరడింక
వేయికల్పాలు జరిగిన విమతబుద్ధి. 584

చం॥ ఎవఁడిట యోగమున్గొనియు నింతయుదాటకసత్ప్రవర్తనన్
ప్రవిమలబుద్ధివర్తిలిన వాఁడికజన్మలనూరునైనను
భువిజనియింపఁబోఁడుగద పుణ్యుని విశ్వస్వరూపువిష్ణునిన్
సువిదితుఁడై గనంగయని జూచియుఁబల్కెను మౌనిరాజునున్ 590

మ పరమాత్మస్థగన పుణ్యదాయకమునై ప్రాపంచికంబౌసుణం
బరయన్వ్యర్థమటంచు నెంచియును నోంకారస్వరూపంబునే
కరమునిర్మించిజపించుచుండుమిక యోంకారస్వరూపంబునే
నిరతంబున్గొనుదాని చెప్పెదను దానిన్చిత్తమందుంచుమా 591

గీ॥ ఇలనకారముకారంబు నింకవిడక
యలమకారము మూఁడైన యక్షరములు
మాత్రలని సత్వరాజస మట్లె తామ
సములభావనలంచును చక్కనెరుగు. 592

గీ॥ నిర్గుణంబౌచుయోగికి నియమబద్ధ
గమ్యమై మాత్రాక్షర రమ్యరూప
మగుచువేరైనపరమును నద్దిగలదు
దానిగొనువారి గాంధారిగానునెంత్రు 593

సీ॥ ఇలపిపీలికగతి యేరీతిస్పర్శయు
నందియునుండునో యట్లెశిరము
నందియె యోంకార మున్నతివెల్వడు
యోంకారరూపుఁడై యోగి యక్ష
రుండౌచు వెల్గెడు రూఢిగ యోంకార
ధనువునకాత్మయేతగినశరము
లక్ష్యంబుబ్రహ్మంబు లక్షించి శరమువో
తన్మయతనుఁగొని తథ్యమొరసి

అ. వె.॥ తన్మయుండుగాక జన్మంబుబాసియు
యైక్యమందలేడు నైక్యమంది
లక్ష్యభేదనంబు లక్షించిచేయుచో
నట్లెబ్రహ్మమందు నందియుండు 594

కం॥ ఓంకారమె మూడగ్నులు
నోంకారమె వేదత్రయము మూడగుజగముల్
ఓంకారమెబ్రహ్మాదులు
యోకాంరమెజగములన్ని యున్నతవినుమా? 595

కం॥ ఓంకారధ్యానసక్తుడు
యోంకారమునందులీన మౌచునునుండున్
ఓంకారమందె కరముగ
యోంకారమెలీనమౌచు నున్నతగతినిన్. 596

వ॥ ఉకారంబుభువర్లోకంబనియు
యర్ధమాత్రాయుక్తమకారంబు
స్వర్గలోకంబనియు జెప్పంబడు. 597

గీ॥ ప్రథమమాత్రయు వ్యక్తంబు విదితవినుము
నాద్వితీయమవ్యక్తంబు నా తృతీయ
మాత్రచిచ్ఛక్తిరూపంబు మాత్రయర్ధ
మద్ధి పరబ్రహ్మరూపంబునను దుతార్య. 598

కం॥ కావునచెప్పినమార్గము
నీవిధియోగంబటంచునెరుగుము వినుమా?
ఏవిధి "యోం" యనిపల్కిన
చేవగుసదసత్తువిడక జేరెడుమనుజున్. 599

ఆ॥ వె॥ హ్రస్వయేకమాత్ర యన్తైదీర్ఘంబును
నలద్విమాత్రకాల మనుదురింత
ప్లుతమునిందుమునులు పూర్తిత్రిమాత్రల
కాలమనెడినాగగోచరంబు. 600

గీ॥ నాశరహితంబు పరమౌచు నవ్యమునయి
నలరునోంకారవాచ్యంబు బ్రహ్మమనుచు
ఎరుగు నెవ్వడుధ్యానించు నిష్టవిడక
త్రివిధబంధంబులనువీడి దివ్యమైన. 601

వ॥ పరబ్రహ్మంబునందు పరమాత్మయందు
లయంబునొంచుచున్నాడు
యోయలర్కమహారాజా యదార్థంబుగా
నీవడిగినదంతయు విస్పష్టంబుగాజెప్పితి
పరబ్రహ్మంబునుగూర్చి
సంక్షేపంబుగాచెప్పుచున్నాడవినుము. 602

ఆ॥ వె॥ చంద్రశిలయుకిరణ సంస్పర్శచేతను
నెటుస్రవించు నట్టి నిత్యుడైన
యోగిబ్రహ్మజ్ఞాన యుక్తుండునౌచును
వరలునిత్యుడౌచు బ్రహ్మవిదువ. 603

వ॥ చంద్రకిరణస్పర్శలేని చంద్రకాంతశిలవోలె
జడుండై వర్తిల్లు సద్గురుపాదాశ్రయంబున
ముక్తిమార్గంబుప్రాప్తించు. 604

ఆ॥ వె॥ అర్కకిరణస్పర్శ నందియుమణియెటు
నగ్నిజిమ్ము నట్లుజ్ఞానజ్యోతి
వెల్గుచుండువిడక విజ్ఞాన పరమాత్మ
సంగమౌచుయోగి చక్కనెఱుగ. 605

కం॥ ఎలుకలు చీమలు బల్లులు
మెలిగెడు గృహమేధికంబెమిన్నగ గృహమే
ఇలనాశమునందినతరి
తొలగెడు నేరీతి దుఃఖతోరముగొనకన్ 606

ఉ॥ నాదియటంచు బుద్ధిని గొనంగను నవ్వియు నెట్లుగోరవో
మేదినియెందుచేత మదిమీరదునాదనుబుద్ధివాటికిన్
కాదనకుండ యోగియు వికారమునందక వానినంతయున్
కాదనిత్రోసి సిద్ధిగొనగానగు నద్దియెయోగసిద్ధిగా, 607

చం॥ చెదపురుగెంతస్వల్పమగు చేర్చెడునోటితొ చిన్నచిన్నయై
మెదలెడిరేణుఖండముల మిన్నగజేర్చియు పెద్దపుట్టలన్
వదలకగూర్చుభంగి ముని పద్ధతివీడక స్వల్పరీతులన్
మొదలిడి యాత్మనున్గనగ పూర్తిగజేసెడి జన్మజన్మలన్ 608

కం॥ మనుజులు పక్షులు పశువుల
కనయమునుపయోగపడెడు ఘనముగతరువుల్
గొనునెడు నాశము నదియును
గని యోగితనువుపరులకుగానిచ్చియుఁ తాన్ 609

వ॥ సిద్ధినిపొందుచున్నవాడు. 610

సీ॥ రురుశాబశిరమున వరలెడిమొదలుగ
తిలకంబువోలెను మెలగువాని
మనుజుండు సహియించు గొనియునుప్రాయంబు
మొనదేలకొమ్ములు మనుజుడెట్లు
కొనలేడొనారీతి గూడగసంసార
ప్రారంభమెంతయో బాగటంచు
తోచుచుండెడునింక తోరంబుపెరిగియు
పెద్దదైవెలసిన నిద్ధరిత్రి

గీ॥ ఎట్లుసహియింపజాలడు దిద్దియెరిగి
యోగి సంసారదూరుడై యున్నతగతి
పరలుసిద్ధినిపొందెడు బహుళముగను
నాత్మపరమాత్మయోగంబునట్టిసల్పి 611

మ॥ జలభారంబును సర్వముద్ధరణినెంచకన్వహించున్నికన్
జలపూర్ణంబగు మృద్ఘటంబుగొనగా శక్తిన్నరుండొందకన్
హల కష్టంబును నొందునావిధిని యీసంసారభారంబునన్
ఇల కృంగన్పరమాత్మజేరనెటులన్సిద్ధిగ్గొనునోగియున్. 612

కం॥ కూపమునందలినరుడును
నేపగిదిన్నరుడు వెడల నేగతిజేయున్
ఆపగిదియతిప్రయత్నము
తాపడి సంసారకూపతటమును జేరున్. 613

ఆ. వె॥ ఎటవసించుతాను దిటవగుగృహమగు
జీవితంబునిల్పు స్థిదముభోజ్య
మద్ది బ్రహ్మమార్గ మద్దియేసుఖమగు
నిటమమత్వమేది యిలనుమునికి. 614

కం॥ కరచరణాదులచేనెటు
నరుడునుపని జేయజాలు నవసరమగుచో
తరచుగమునియును బుద్ధిచె
పరమును సాధింపవలెను వదలకపథమున్. 615

కం॥ మునియగుదత్తాత్రేయుడు
ఘనుడౌయిలపతి యలర్కు గాంచియు పలుకన్
వినయవినమితశిరసుడై
గొనియును సంతోషమంత కూరిమిబలికెన్. 616

సీ॥ పరమాత్మరూపుండ బ్రహ్మస్వరూపుండ
నాకదృష్టముగల్గి నాకునిందు
శత్రులచేతను జనియించెయోటమి
ప్రాణభయముగల్గె ప్రళయమగుచు
సైన్యంబునశియించె సర్వంబుశత్రుల
చేతిలోచిక్కెను చిన్నమైన
కోశమింతయులేక గూడెనుపరులను
భయమునుగల్గెను వదలకుండ

గీ॥ సుకృతమెంతయుగల్గుట జూడగల్గె
మీదుపాదములను మరిసుంతపోక
మీదువాగ్ఝరినాహృది మించిముంచె
మరువజాలనునెన్నడుమరువజాల. 617

కం॥ జ్ఞానముగల్గెనుమీదయ
నేనిటమిమ్మాశ్రయింప నిక్కమునన్నున్
బూనెయదృష్టము పూర్వము
నేనొందినపుణ్యమిట్లు నిటులనుగల్గెన్. 618

చం॥ పురుషునకున్శుభోదయము బూనెడువేళను కీడుమేలెయౌ
ధరణినికాలసర్పమంది తప్పకతాసుమమాలయౌనుగా
మరణమునొందువాడు మహిమానకరాజగు లోకమందునన్
జరిగెడు నెన్నియోయిదియె చక్కగనయ్యెను నాదుపట్టునన్ 619

గీ॥ కాశికాపతియుసుబాహు కరమువీరు
నతిమహోపకారంబును నందునట్లు
జేసినారిల లేకున్న జేరగలనె
నీదుపాదంబుదరినేను నెన్నడేని. 620

గీ॥ నీయనుగ్రహవహ్నిచే నిరయములను
నాదునజ్ఞానమునుగాల్చి నెందునేని
మరలదుఃఖభాజనుడను మహినిగాక
నుండునట్లుగయత్నింతు నుత్తముండ. 621

ఉ॥ జ్ఞానపదార్థదాతలయి జ్ఞానులు నౌతమయాజ్ఞ బూనియున్
నేనును నార్తిపాదప వినిందితదుఃఖవనంబు సాటిగా
బూనిన ఘోరమౌగృహము పొంతలపోకను మౌనిమార్గమున్
బూనియునేతరింతునిక పొందెదమీడునను జ్ఞపోవగా 622

-(అలర్కుఁడు దత్తాత్రేయునికడననుజ్ఞతీసుకొని కాశీరాజు కడకుచేరుట)-

కం॥ అనవినిదత్తాత్రేయుడు
గొనుమిక సెలవింకనీవు గూడినదానిన్
మనమున నిల్పియు నిర్మల
ఘననిర్మమతనుగొనియును క్రన్ననమనుమా7 623

కం॥ మునిచే సెలవునుగొనిత్వర
మును భ్రాతయు కాశిరాజు పొందిననెలవున్
ఘనుడునలర్కుఁడు జేరగ
జనియెనుమదియంతముదము చక్కఁగనిండన్ 624

ఆ॥ వె॥ గనియు కాశిరాజు ఘనుడగుభ్రాతయు
వినుచునుండనిట్లు విశదముగను
సస్మితుండునగచు చక్కఁగబల్కెను
మదినిరీహుండగుచు మనుజవిభుడు. 625

కం॥ అవనీపాలనకాముక
భువియిదెనీయిచ్చదీరపొందుములేకన్
భువిగోరుసుబాహునకును
భువియొసగుమునంచువలుక పూర్తిగవినియున్. 626

చం॥ అనవిని కాశికావిభుడు నంతయురాజ్యము వీడుచేలనో
ఘనమగు కార్యమే పతికి కర్జముకాదిది క్షత్రియార్హమే
ఘనుడవు రాజనీతిమదిక్రన్న నెరింగినవాడవింతయున్
జనుటయునేల భృత్యులను చచ్చినరాజును లక్ష్యసిద్ధికై 627

గీ॥ మరణజంబైనభయమును ధరనువీడి
ఖడ్గమునుబూనికరమున గానుపించు
వైరివరులను దునుమగ్రప్రభుడువేగ
కదనభూమినిజొరవలె వదలకుండ. 628

కం॥ అరులనుగెల్చియు కోరిన
వరమగు కోరికలగొనెడు పతియును మఱియున్
ధరలో యజ్ఞముఁలొనరిచి
దరపాలుడుగొనెడుఫలము తలగడునిటులన్. 629

అలర్కుండు కాశిరాజునకు తత్త్వోపదేశముజేయుట

గీ॥ వినియలర్కుండు నిట్టివే వీడకుండ
కోర్కెలెన్నియోపూర్వము గూడియుండె
అద్దివిపరీతమైపోయె యద్దివినుము
కారణంబింతనీవును కాదనకను. 630

సీ॥ భూతజాలంబుల భౌతికమౌగుణ
తత్త్వసారంబులు తగులునెట్లు
సకలప్రాణులకును నొకటిగాగాకను
భిన్నభావంబుల విశదమగుచు
వెలిగెడిచిచ్ఛక్తి విజ్ఞానబోధచే
యేకంబటంచును నెపుడుగల్గె
అప్పుడే మిత్రుడు నరియని రాజని
భృత్యుండటంచును భేదమీడి

గీ॥ నీదుభయమది జ్ఞానంబు నాదుమదిని
చేర కారణంబయ్యెను ధారుణీంద్ర
ఇంద్రియంబులనిర్జించి యిలను సంగ
ములనుత్యజియించి వెలసితి పూర్తిగాను. 631

చం॥ మనమునుగెల్చునాకునిటమాన్యుడ?రాజ్యముగెల్చిమించుటల్
గొనదగునౌజయంబె మరిగూడగసిద్ధిని యింద్రియంబులన్
గొనకను లోనడంచియును గూడితిమోక్షరమాసతీమణిన్
వినుమిట భ్రాతయున్నరియు వీరుడనీవును నాకునొక్కటే 632

కం॥ అన్నను నిన్నును సకలము
గన్నారగనొకటిగాగ గాంచుచునుంటిన్
అన్నా శత్రులునాకిట
నున్నారే నీవుమరల యుండినయరులున్. 633

వ॥ వేరొకచోవెదుకవలశినది. 634

ఉ॥ భ్రాతయునిట్లుజెప్పగ సుబాహువుతుష్టహృదంతరంగుడై
భ్రాతనుగాంచిదైవమది బాగుగనీకనుకూలమందియున్
నీతరినుండుగాకయని యీగతిపల్కె కాశికాపతిన్
ఆతడుగాంచిబుద్ధినటు లాడెడుదానిని నుంతపోవకన్. 635

-(సుబాహువు తమ స్వవృత్తాంతంబును కాశీరాజుతో చెప్పుట)-

మ॥ నరశార్దూలుడ దేనికోరితి నదే నాకోర్కెతీరెన్నికన్
నరగన్దానిఫలంబునందితి సదాసంతోషమున్బూనియున్
ధరలోసౌఖ్యమునందియుండుమిక తథ్యంబంచునిట్లాడగా
ధరణీపాలుడుకాశికాపతియునంతన్వొంచునాశ్చర్యమున్. 636

చం॥ గొనియును నోసుబాహు మదిగూడదునీదగు మాటనాకుసున్
గొనినఫలంబునేమి యెదిగోరితినేనునెఱుంగ నీవునున్
మనమునదాచకుండనిక మానకచెప్పుము సార్థకంబుగా
అనెను సుబాహువుస్గనియు నాడెను నీగతివెంటవెంటనే. 637

గీ॥ పితృపైతామహంబగు విపులధరణి
యాయలర్కుడునొక్కడే యనుభవించె
దానిగెలచియునాకిమ్మతప్పదనుచు
నీవుగోరితివీరీతినిక్కముగద. 638

కం॥ కోరితివీగతినీవును
గారించితి నీదుతమ్మ తడయకనీవున్
ధారుణినేలుము నిదియును
ధారుణిపతిధర్మమౌను తప్పకవినుమా? 639

చం॥ అనవినినాసుబాపువట నాయవనీపతితోడ నీగతిన్
అనియెను నేలయుద్యమము నందియు విన్నునుగూడిజేసితో
వినిచెదదానినెల్ల విను వీడక నీతత్వజ్ఞానయుక్తుడై
మనియునుభోగలాలసత మత్తుడునయ్యెను జ్ఞానహీనుడై 640

వ॥ మఱియు విజ్ఞానయశోభ్రాజితులగు
భ్రాతలిరువురున్నవారలు. 641

కం॥ వారికినాకునుతల్లియు
మీరగవిజ్ఞానబోధ మిన్నగజేసెన్
చేరగబాల్యమునందునె
కూరిమి స్తన్యంబుత్రాగగొనియెడువేళన్. 642

ఉ॥ మానవులుప్రలోభమున మానకకూడ నిరంతరంబునన్.
దేనినిగోరుచుందురో యదే యిటవ్యర్థమటంచుమాకునున్
మానినిబోధజేసె మరి మాదగుతమ్మునిని వేరెరీతిగా
వీనివిధానము న్నడుప విక్రమజేసెను నంచునిట్లనెన్. 643

కం॥ నలువురుబోయెడి తెరవును
తొలగియునజ్ఞానజలధితోరముమున్గన్
కలగదెసాధులహృదయము
గలిగెనునారీతిబాధ గాంచియునితనిన్ 644

ఉ॥ మారెడురీతియెట్లొయని మానససీమనుయోజజేసియున్
చేరితినీదుపంచ మరి చేరగయాపదలప్పుడేనియున్
మారెడునీతడంచునిటు మక్కువమీరగజేసినాడ నా
కోరికతీరె మారెనిట గూడెను మోక్షరమాపథంబునున్. 645

వ॥ నాకోరికతీరె నీకికసుఖంబగుగాక
నేనుపోవుచున్నవాడ మామాతృమూర్తి
మదాలసాగర్భంబునజనించి
యామె స్తన్యపానంబొనర్చియితరస్త్రీ
గర్భసమాశ్రయంబుపాడిగాదు. 646

గీ॥ నాదుతల్లియుజెప్పెడి వేదవాక్య
ములను యోచించి యారీతి పూర్తిజేసి
నాడ నేనింకతపమును గూడఙ్బోదు
మిత్రబాంధవవరులందు మించునట్టి. 647

వ॥ స్వజనులందుగాని కుమార్గంబునబట్టి
చెడిపోవుచుండునరులు జీవచ్ఛవంబులుగదా. 648

గీ॥ నీదుసహకారమందియు నేనునిందు
నీమహత్కార్యమునుచేసి నెగడినాడ
నాదుపనితీరెపోవుదు నీదుమదిని
జ్ఞానబీజంబుజేరియు చక్కనిల్చు. 649

గీ॥ ఈయలర్కునకీరీతి యింతవట్టు
నిట్టియుపకారమునుజేసి తీవుమఱియు
నాకునుంతైనమేలును నట్టెగూర్చ
బుద్ధినేలనుపుట్టదు పుణ్యపురుష. 650

కం॥ సత్పురుషులసహవాసము
సత్పథమునునిచ్చితీరు సత్పురుషులరై
సత్పథమునునను జేర్చగ
సత్పురుషులు మీరుజేయ జాలరెచెప్పుడీ. 651

కం॥ ఆవినసుబాహువినియును
ఘనధర్మార్థంపు మోక్షకామములిలలో
మనుజని మోక్షవుమార్గము
గొనుటకుయడ్డంబుజేరు గూడియునొకపై 652

గీ॥ వినుము సంక్షేపముఁజేసి వివరముగను
చెప్పుచుంటిని బుద్ధిని జేర్చినిలిపి
వినియుయోచించి నిలుకడ గొనియునీవు
శ్రేయముసుబూనయత్నింపు శీఘ్రముగను. 653

ఉ॥ నాదియటంచుభావముఘనంబయి నిల్చెడు దానినెంతయున్
నీదరిజేరకుండగనె నేర్పునగాల్చియు ధర్మగామివై
పోదగు ధర్మమున్గెడపి పూర్తియధర్మము నాశ్రయించినన్
ఏదరి జేరుధర్మమది యేగునిరాశ్రయమౌచు వెండియున్ 654

సీ॥ నేనెవండను మఱి నేననయేగతి
వచ్చినాడనునిక బాహ్యమేది
అంతర్గతంబున యలరునట్టినదేది
దానికంటెనుమించునదియునేది
వ్యక్తమవ్యక్తమై యదియచేతనమయి
వరలుచుండెడుదానిభావమరసి
ఇంతటివిషయంబు లెఱిగినయన్నియు
నెఱిగినట్లగునాత్మ నిందునందు

గీ॥ ఎరుగదగుజ్ఞాత యెవడిటనేన జ్ఞాత
నాదుకంటెనుభిన్నుడా? యేదియంచు
విట్టివిషయంబులన్నియు నిక్కమరయ
తగునటంచునుబల్కియు తదుపరినట. 655

ఉ॥ ఈవిషయంబులన్నెఱుగు నెవ్వఁడువాఁడెసమ స్తజ్ఞానమున్
పోవకతానెఱింగినటు భూమియు నాత్మగుణంపుభావమున్
తావడిగొంట యన్యమును తప్పకనాయదియంచునెంచుటల్
ఏవిధిజూడ మూఢతను నెంతయుఁజాఱెడి విశ్వమందునన్ 656

మ॥ అనియీరీతిగ బ్రహ్మభావమది సర్వంబందునన్నిండియున్
గొను సంపద్విభవంబు భిన్నమయి వేగూడన్నిటన్లేదు నే
నని నీవంచును భేదమున్గొనగ రాదంచున్నొకేస్థానమం
దున నేనుండను లోకసంగ్రహముఁనందున్ మున్గుచు న్నిర్గుచున్ 657

వ॥ కావుననీకు నేనెఱింగించినదంతయుగ్రహించి
దానిని పెంపొందింపుమని కాశికా
భూమీశునకుజెప్పియధేచ్ఛంజనియె
కాశికావిభుండును సంతృప్తుండై
నాయలర్కుంపూజించి యధేచ్ఛంజనియెనంత. 658

-(అలర్కుండుతనపుత్రులరాజ్యాభిషిక్తులఁజేసి తపంబునకరుగుట)-

గీ॥ జ్యేష్ఠపుత్రునిరాజుగా జేసియంత
నాయలర్కుఁడు తపమును నడవిజేసి
ముక్తినందగ సర్వంబు వూర్తివిడచి
నేగె ముదమది పెంపును సాగుచుండుఁ 659

కం॥ వనిద్వందాతీతుడునయి
ఘనమగునిర్వాణపదము ఘనుడునునొందన్
మనమున యపరిగ్రహావిధి
గొనియోగంబదియుబూని కోరికలేకన్. 660

ఉ॥ చచ్చుచు పుట్టుచు న్త్రిగుణ జాలపుపాశము గట్టి నిత్యమున్
ఇచ్చలు పెంపుజెంద తన బిడ్డలు భ్రాతలటంచు భావమున్
విచ్చుకొనంగతాస్వపరభేదము లూనియు ముందువెన్కకున్
పుచ్చుకలాగుచుండ సుఖమున్మరి దుఃఖము పెంపుజెందగా. 661

గీ॥ కృంగి యజ్ఞానపంకంబు గూరుకొనిన
యుద్ధరింపగరాకను నిద్ధరిత్రి
ప్రకృతిసంద్రంబునుండియు బయటపడియు
తన్నుతానెరిగియునిట్లు తానుపాడె. 662

గీ॥ రాజ్యపాలనజేయుచు రాజునునయి
నుండు కష్టంబునేమని నుడువువాడ
ముక్తినందిననాస్థితి పూర్తిమారె
యోగసాధనసౌఖ్యంబు నున్నె వేరె. 663

ఆ॥ వె॥ ముక్తినందనీవు నుత్తమయోగంబు
నభ్యసింపు దీనియభ్యసింప
పొందగలవునీవు పునరావృత్తియులేని
స్థానమద్ది శుభముదరియగలవు. 664

కం॥ దేనినినీవునుగోరితొ
దానినివినిపించినాడ తద్విధియంతన్
దేనినిగోరిననీవును
నేనిటవినిపింతు జెప్పు నిక్కమునిందున్. 665

గీ॥ భూసురుండును శ్రద్ధతో పుడమివినిన
మరిపఠించినయాతడు ధరణియశ్వ
మేధయాగంబుజేసియు మించుయవబ్ర
ధంబుననుముగ్గు ఫలమునుతానుగొనును. 666

వ॥ సంసారభ్రమణమానసులగు మానవుల
నుద్ధరింప యుత్తమంబగు నీయలర్క
దత్తాత్రేయసంవాదంబు నెవడుభక్తిశ్రద్ధలతోవినిననాత్మ
మోక్షంబునందు నఖిలంబులనుండివిముక్తుండగు. 667

ఓం తత్సత్

గద్యము

ఇది శ్రీ సీతారామచంద్ర పాధపద్మారాధకుండును వైశ్య కులావతంస కొండవేటివంశ పయఃపారావార రాకాసుధాకర నారాయణార్యనారాయణాంబా గర్భశుక్తిముక్తాఫలుండును నిరంతర రామనామ సుధారస పానమత్తుండును బుధనకులగోత్రోద్భవుండను

రామపాదార్పిత సర్వకామఫలుండును బ్రహ్మశ్రీ శ్రీ మవ్వా నరసింహార్యవర్య శిష్యుండును రామకృష్ణనామధేయుండును సింహపురీ మండలాంతర్గత మౌనివర్తిగ్రామ (ముదివర్తి) నివాసుండును వైశ్యకులాభరణుండును పింగళినామవత్సర యధిక యాషాఢ మాసంబున దశమీతిథిం బ్రారంభించె క్రీస్తుశక పందొమ్మిది వందలా డెబ్బైయేడవ వత్సరంబున జులై మాసంబున పదియవ తేదిన ప్రారంభించి పందొమ్మిదివందలా డెబ్బైయెనిమిదివత్సరంబున మే మాసంబున యిరువది తొమ్మిదవ తేదీన పూర్తి గావించె.

www.ingramcontent.com/pod-product-compliance
Lightning Source LLC
LaVergne TN
LVHW020121220825
819277LV00036B/524
* 9 7 8 1 0 2 3 9 7 8 0 1 9 *